இந்தித் திணிப்பு

அன்றும்! இன்றும்!

D1771206

எழில்முத்து

சத்யா

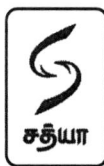

Title

Hindi Thinippu

Ezhilmuthu

ISBN : 978-93-6666-800-0

Title Code : Sathyaa - 150

நூல் தலைப்பு

இந்தித் திணிப்பு

நூல் ஆசிரியர்

எழில்முத்து

முதற்பதிப்பு

ஏப்ரல் 2025

விலை : ₹ 160

பக்கம் : 126

Printed in India

Published by

Sathyaa Enterprises
No.134, First Floor,
Choolaimedu High road,
Choolaimedu, Chennai - 600 094.
044 - 4507 4203

Email
sathyaabooks@gmail.com

முன்னோட்டம் ...

19ஆம் நூற்றாண்டில் நம்மிடம் ஒப்படைத்த அறிவுச் செல்வத்தை மிகவும் அதிகமான மக்கள்தொகை கொண்ட பல்வேறு மொழிகள் பேசப்படுகின்ற செய்தியாக மொழி குறித்து பதிவு செய்வது குறித்து இது ஓர் அரிய வாய்ப்பு என்றே கருதுகிறேன்.

இந்த மொழிப்போர் குறித்து அறிஞர்கள், அரசியல் விற்பன்னர்கள், ஊடகவியலாளர்கள், கலைஞர்கள், படைப்பாளிகள் ஒருவரை ஒருவர் தீவிரமாக தம் எண்ணங்களை எதிர்த்தும், மறுத்தும், ஆதரித்தும் பேசுகின்ற, எழுதுகின்ற அந்தக் களம் ஆராய்ச்சிக்கு உரியதே.

பத்தொன்பதாம் நூற்றாண்டைச் சேர்ந்த மக்களும், அரசியல் வாணர்களும், ஆட்சியாளர்களும், அறநெறி உபன்யாசமாக மாற்று வதை நியாயமான முறையில் எதிர்த்தும் – ஆதரித்தும் பேசுகின்ற, எழுதுகின்ற போது, உண்மையில் இங்கு என்ன தான் நடந்தது, எப்படித் தான் இதன் போக்கு நடை பயின்றது என்று எடுத்துக்காட்டுவதுதான் ஒரு படைப்பாளியின் பணி ஆகும்.

- அன்புடன்
கோ. எழில்முத்து

தொடர்பு எண்
99403 06746

உள்ளே...

1.	தமிழின் சிறப்பு	5
2.	மொழி வளர்ச்சியில் அரசின் பங்கு	7
3.	இந்திய மொழியின் வரலாறு	11
4.	இந்தி மொழி வளர்ந்த விதம்	18
5.	இந்தித் திணிப்பு முயற்சி	21
6.	இந்தி எதிர்ப்பு முதல்கட்டப் போர்	25
7.	திராவிடர் கழகம் தோற்றம்	29
8.	சுதந்திர இந்தியா	36
9.	இரட்டை குழல் துப்பாக்கி	39
10.	உதயமாகிறான் உதயசூரியன்	47
11.	மீண்டும் மொழிப் போர்	53
12.	2ஆம் கட்ட இந்தி எதிர்ப்புப் போர்	62
13.	காங்கிரஸ் வீழ்ச்சியும் தி.மு.க. எழுச்சியும்	66
14.	கலைஞர் தலைமையில்	72
15.	எம்.ஜி.ஆர். ஆட்சியும் மத்தியில் குழப்பமும்	76
16.	பி.ஜே.பி.யும் இந்தியாவும்	81
17.	மீண்டும் இந்தித் திணிப்பு...	88
18.	கல்வியில் இந்தித் திணிப்பு	102
19.	கல்வி அமைச்சரின் அடாவடித்தனம்	106
20.	சிக்கலைத் தரும் தர்மேந்திர பிரதான்	111
21.	செப்புமொழி பதினெட்டு... சிந்தனை ஒன்று	124

1. தமிழின் சிறப்பு

மொழி குறித்த சிந்தனைகள், போக்குகள், அதன் செழுமை, வளமை, தொன்மை, தூய்மை, செம்மை, இனிமை, தனிமை, பெருமை, திருமை, இயன்மை, வியன்மை என்று பல வகைச் சிறப்புகள் கொண்டு திகழ்கின்றன.

உலக மொழிகள் ஏறத்தாழ 4000க்கு மேல் எனக் கணக்கிடப் பட்டாலும் தொன்மையான மொழிகள் தமிழ், சமஸ்கிருதம், கிரேக்கம், லத்தீன், ஹீப்ரு, அரபிக் எனச் சொல்லலாம்.

எந்தையும் தாயும் மகிழ்ந்து குலாவி மழலைச் செல்வங்களை ஈன்றெடுப்பதுபோல் ஒரு மொழியிலிருந்து பிறிதொரு மொழிகள் கலந்துறவாடி பிற மொழிகளை ஈன்றன. மொழிச் செல்வங்கள் பேணி வளர்ந்தன. புதிய மொழிக் குடும்பங்கள் பல்கிப் பெருகச் செய்தன; வளர்ந்தன; செழித்தன. மேலும் பிறிதொரு மொழி ஆளுமையில் வீழவும் செய்தன என்பதும் இங்கு குறிப்பிடத்தக்கது.

அது மட்டுமல்லாது இத்தகைய மொழிகளுக்கும் இனச்சண்டை, மொழிப்போர் கிளர்ந்து எழுந்து புதிய மொழிகள் உண்டானதும்,

புதிய தேசங்கள் கிளர்ந்தெழுந்ததும் வரலாற்றின் அடிச்சுவடுகள் எனலாம்.

இத்தகைய மொழிக் குடும்பங்கள் செழித்தன, இலக்கியங்கள் பிறந்தன, அத்தகைய இலக்கியங்களால் மக்கள் வாழ்வும் வளர்ந்து மலர்ந்தன.

தொன்மை மொழிகளான கிரேக்கம், லத்தீன், ஈப்ரு இன்று வழக்கொழிந்து போயின. ஜெர்மன், ரஷ்யா, பிரான்ஸ், ஸ்பெயின், கிரீஸ், ஆங்கிலம் போன்ற மொழிகள் புதிதாய் பிறந்து மக்களின் நாவில் புழங்கி எழுத்துருவும் பெற்றன.

கலை, இலக்கிய, நாடகம் எனத் தோன்றி மக்களின் வாழ்வியலை செம்மைப்படுத்தின, வார்த்தெடுத்தும் வருகிறது.

நம் இந்திய தேசத்தில் சமஸ்கிருதமும், தமிழும் செழித்தோங்கி வளர்ந்தாலும் வாய்மொழியாக சமஸ்கிருதம், எழுத்து, பேச்சு மொழியாக தமிழ் மட்டுமே நிலைத்து நின்று பேச்சு வழக்கிலும் எழுத்து வடிவிலும் பன்னெடுங்காலமாய் செழித்து, முகிழ்ந்து வளம் பெற்று வருகிறது; என்றும் வளரும்.

அதேபோல் உலக அளவில் தொன்மை மொழியான சீனம் தமிழுக்கு நிகராக வளர்ந்து செழித்து உலகின் வல்லரசாக செம்மாந்து நிற்கிறது; என்றும் நிற்கும்.

இதுவே உலக மொழிக் குடும்பங்களின் சுருக்கமான வரலாறு எனலாம்.

■

2. மொழி வளர்ச்சியில் அரசின் பங்கு

ஏந்த ஒரு மொழியும் எண்ணத்தின் மனைவியாய் வாழ்வியக் கத்தின் துணைவியாய் கருத்தோட்டத்தின் மக்களாய் பெற்றுருக்கும் தாயாய் இருக்க வேண்டும்; இருத்தலே சிறந்தது.

இயற்றலும் ஈட்டலும் காத்தலும் காத்தவற்றை துறைவாரி வகுத் தலே ஒரு மொழியின் சிறப்பு. தொட்டனைத்தூறும் மணற்கேணி யாய், அறிவுதோறும் அறியாமை தெளிந்து, அறிவொளி பெற்று எல்லாப் பொருளும் இதன்பால் உள்ளன. இதன்பால் இல்லாத எப்பொருளும் இல்லையாம் என்று செழுப்பாய், செழுமை பெறுவதே மொழி. இப்பெருமை தமிழ்மொழிக்குண்டு.

மொழியை பொறுத்தவரை அது ஆற்றலையோ, கருதிய பொருளைத் தெளியவைக்கும் தெளிவையோ புரிதலையே அம்மொழி நிறை வேற்றவில்லை என்றால் முதலில் அழிவது மொழி மட்டுமன்று, அம்மொழியின் எண்ணப் பண்பாடும் இனப்பண்பாடும்தான். எனவே வாழ்வின் எத்துறைக்கும் வேரும் விழுதுகளாய் இருக்கின்றன.

மனித கூட்டம் தம் கூட்டு வாழ்க்கைக்காக உருவாக்கிக் கொண்டதே மொழி. இஃது ஓர் அடிப்படை உண்மை.

இத்தகைய மனிதர் கூட்டம் ஓரிடத்தில் தோன்றிப் பல்கிப் பரவி; அதுமொழி வழியாகவும் பரவியது. இது மற்றோர் அடிப்படை உண்மை.

மொழி நூல் என்பது உலக மொழிகள் எல்லாவற்றையும் அன்பு கொண்டு தழுவும் ஒரு பொதுக் கலைப் படைப்பாக்கம். உலகத்திலுள்ள மொழிகளெல்லாம் வேர் சொற்களின் உறவாலும் ஒன்று கூடி இலக்கண செழுமைப் பெற்று சிறந்தோங்குகிறது.

மொழிகளில் இத்தகைய இயற்கையோசை ஊடே உள்ள எழுத்து வடிவம் தமிழுக்கே உரிய சிறப்பம்சம்தான். தமிழ் மொழிக்கு உள்ள சிறப்பே அதன் எழுத்து வடிவம் எழுத்தோசை; இசையோசை; பொருளோசையுடன் ஒன்று கூடி உறவாடியே இயல்பாய் இருக் கிறது. இதனால் உலக மொழிகளின் பாதிப்பு அதன் மேல் படிந் தாலும் பிறிதொரு மொழி இணையும்போது மேலும் மேலும் செழுமை பெற்று வாழ்கிறது; அம்மொழி பேசும் மக்களும் அதனுடேயே வாழ்ந்து சிறப்பு பெறுகிறார்கள். இது தமிழுக்கும் தமிழருக்கும் உள்ள சிறப்பு.

பிறிதொரு மொழியைத் தழுவி, அரவணைத்து, சிறப்பு பெறச் செய்தல் என்பது தமிழ்மொழிக்கும், தமிழ் மக்களுக்கும் உள்ள பரந்துபட்ட அறிவின்பால் உண்டானது.

இன்றைய நவீன அறிவியல் டிஜிட்டல் தொழில் நுட்ப உலகில் மனிதர்களின் தொடர்புகள் விரல் நுனியில் மிக நெருக்கமாகி வருகின்ற நேரத்தில், தாய்மொழியைத் தவிர, இன்னுமொரு மொழி கற்றுக் கொள்ள வேண்டியதும்; நேசிக்க வேண்டியதும் இன்றியமை யாத தேவையாகி விட்டது.

எப்படி பிறதொரு மனிதனை, இனம், சாதி,மதம்,வர்க்கம் பாராமல் அன்பு கொள்கிறோமோ அப்படியே பிற மொழிகளின்பாலும் அன்பு பாராட்டி கற்று அதனின் சிறப்பை நம் மொழிக்குத் தருவதும்; நம் மொழியின் படைப்பை பிறிதொரு மொழியில் படைப்பதும், மொழியியல் படைப்புலகுக்கு தருவதும் மொழியின் வளர்ச்சியே தவிர வீழ்ச்சி அல்ல என்பதை உணர வேண்டும்.

ஒரே மொழியை சிறப்பாகவும், கொச்சையாகவும் (வட்டார மொழி) பேசும் மக்கள் சமுதாயத்தில் மேல் நிலை; கீழ்நிலை என்று பாகுபாட்டால் பிரிக்கப்பட்டுள்ளனர். என்பது உண்மையை தவிர வேறில்லை. இதனைத்தான் அறிஞர் பெர்னாட்ஷா 'மொழித் தடுப்புகள் உள்ளவரை சமுதாய தடுப்புகளும் இருந்தே தீரும்' என எச்சரித்தார்.

'ஒரு மனிதன் எத்தனை மொழிகள் பேசுகின்றானோ, அத்தனை ஆன்மாக்கள் உள்ளன' என்பது ஒரு மேலை நாட்டு பழமொழி.

மனிதர்களுக்கு இயல்பாகவே பிறமொழிகளைக் கற்க வேண்டும் என்ற ஆர்வம் மனதில் ஊறிக்கிடக்கிறது. உலகெங்கிலும் உள்ள மனிதர்கள் இந்த முயற்சியில் ஈடுபடுகின்றனர்.

ஆர்வத்துடன் இயல்பாய் ஒருமொழியை கற்கும் போது அது மகிழ்ச்சியுடன் எளிதாக வெற்றியடைய முடிகிறது. இதற்கு அடையாளம் தமிழைச் சொல்லலாம்.

வளர்ந்து வரும் நவீன உலகப்போக்கு மக்களின் தொடர் பிறமொழி களை கற்பது, நேசிப்பது கட்டாயத் தேவையாகும். அப்போதுதான் நாடுகளிடையே உள்ள தொடர்புகள், உறவுகள், நெருங்குவதால் அன்புலகம் தோன்றும்; தோன்ற வேண்டும்.

நவீன உலகில் அரசியலாளர், வணிகத் தொடர்புடையோர், பல மொழிகள் கற்று, தங்கள் வாழ்க்கைத் தேவைகளை உயர்த்தி கொண்டு வளமாய் வாழ்கின்றனர். வாழ்க்கையில் சாதாரண மக்களும் இந்த உலகத் தொடர்பு மொழிகளை கற்று வாழ்வதில் என்ன தவறு? இதனை தன்னல அரசியல்வாதிகள் மொழியின் பேரால் பகைமைப் பாராட்டி சாதாரண மக்களை தங்கள் சிந்தனை வளர்ச்சியை அதள பாதாளத்துக்கு தள்ள மொழிப் பகைமையை வளர்க் கின்றனர் என்பதை மக்கள் உணர வேண்டும்; உணர்வர்.

உயிரினங்களில் மனிதர்கள் மட்டுமே அனைத்தையும் நேசிக்கும் உள்ளம் கொண்டவன். இயற்கையை, பிற உயிரினங்களிடத்தில் அன்பு பாராட்டுகிறவன் மனிதன் மட்டுமே. விலங்கினங்கள்தான் தன் இனத்தை மட்டுமே நேசிக்கும், பிறவற்றை அது நேசிக்க தெரியாது. ஏனெனில் அது ஐந்தறிவு உடையது. ஆனால் ஆறறிவு

பெற்ற மனிதன் பிற மொழிகளை வெறுப்பதும் பகைமை பாராட்டுவதும், அழித்தொழிக்க எண்ணுவதும்; ஏளனம் பேசுவதும் சுயஇன்ப புத்தி படைத்த விலங்கினங்களுக்கு நிகரான புத்தி படைத்தவரே! இது இன்றைய இந்திய ஒன்றிய அரசு மொழி பாசிச வடிவில் செயல்படுத்துகிறது.

படைக்கப்பட்ட மானுடன் அனைவரும் சமம் என்பது போல கருத்துகள் சுமக்கும் வாகனங்களான மொழிகளும் சமமான வையே! மனிதர்கள் உருவத்திலும், குணத்திலும் திறமையாலும், வேறுபடுவது போல் மொழிகளும் தம் இயல்பால் வேறுபடுகின்றன என்பதும் உண்மை. இதனை தமிழறிஞர்கள் உணர வேண்டும்.

'மனிதன் தானாக பிறக்கவில்லை; அதனால் அவன் தனக்காக வாழக்கூடதாவன்' என்றார் பெரியார். இதன் பொருள் பிறருக்காக எதன் பொருட்டும் பகைமை கொள்ளாமல் அன்பு கொண்டு அதனை உலக மக்களுக்காக, வாழ்வது என்பதே.

"யாதும் ஊரே யாவரும் கேளிர்" என்ற அகன்ற பார்வையுடன் சொன்ன தமிழ் மொழியின் வாசகம் வெறும் வார்த்தை விளையாட் டல்ல. அது உலக மொழிகளுக்கும் மக்களுக்கும் ஓதும் வாழ்க்கை நெறி என்பதை மொழி உணர்வாளர்கள் புரிதல் வேண்டும்.

இது ஒரு மொழியை கற்கும், வளரும் பருவத்தினருக்கு மொழியின் தோற்றுவாயை கற்றுத் தரும் அரிச்சுவடு. இதனை இன்றைய ஒன்றிய அரசு தவிடு பொடியாக்கும் நோக்கில் ஒரு மொழியை தன்னை அறிந்து அதனை இந்திய மக்கள் அனைவர் சொல், செயல், சிந்தனை வடிவில் திணிக்க முயற்சி செய்கிறது; இது இந்தியச் சமூகத்தின் பேரழிவாகும்.

மொழியை நேசிக்க வேண்டும். ஆயினும் அதனை பிறிதொருவர் மீது பாசிசப் போக்கில் திணிப்பது ஒரு தேசத்தின் அழிவுக்கு இட்டுச் செல்லும். அதனை இன்றைய இந்திய ஒன்றிய அரசு செயல்படுத்த முனைகிறது. இதனால் ஏற்படும் விளைவுகள் குறித்து நோக்குவதும் இதன் கடந்த காலம். நிகழ்காலம், எதிர்காலம் எதிர்கொள்ளும் விளைவுகளை எச்சரிக்கையுடன் அலசுவதே இந்நூல்.

■

3. இந்திய மொழியின் வரலாறு

தென்னிந்திய மொழிகளே, தென்னிந்திய மக்களின் பேச்சு மொழியாக எழுத்து மொழியாக வடிவம் பெற்றது. இதில் மூத்த மொழி என்பது தமிழே. இதிலிருந்து பிரிந்து சமஸ்கிருத கலவை யோடு கலந்து மலையாளம், கன்னடம், தெலுங்கு மொழிகள் உருவாகின.

தென்னிந்திய மொழிகளுக்குள்ளேயே, மிகத் தொன்மைக் காலத்தி லேயே ஒழுங்கு முறைக்கு உட்பட்டு சிறந்த நாகரிகம் கொண்ட மொழியாக தமிழ் வழங்கியது; வளர்ந்தது; செழித்தது.

இதில் தென்னிந்திய மொழிகளே, தென்னிந்திய மக்களின் பேச்சு மொழியாகவும் விளங்கியது.

ஓரிசா, மேற்கத்திய மாநிலங்கள், தக்காண பீடபூமி, குஜராத், மராத்தி, இந்தியாவில் குமரி வரை வாழும் மக்கள் பல கிளை பேச்சு மொழிகளை கற்று பல்வேறு கலாச்சார தன்மையுடன் வாழ்ந்து வந்தனர்.

மேலும் இமயம் முதல் குமரி வரையுள்ள மிக தொன்மைக் காலத்திலிருந்தே, ஒரே இனத்தைச் சேர்ந்த பல்வேறு மக்களால் வாழப் பெற்றது. தென்னிந்திய மொழிகளை 'திராவிட மொழி' எனக் குறிப்பிட்டு வழங்கினர்.

சமஸ்கிருதம் மற்றும் அதன் தொடர்புடைய பல்வேறு மொழிகள் பேச்சு வழக்கிலேயே இருந்தது. இவ்வின மக்கள் மொழிகளிலிருந்து பிறந்த வேறு சில மொழிகள், வடக்கே வங்காளத்தைச் சேர்ந்த ராஜ்மகால் மலையிலும் அதற்கும் தொலைவில் பலுஜிஸ்தானத்து மலை நாட்டில் வழங்கி வந்தது.

குஜராத்தி, மராத்தி போன்றவை கொங்கனி மொழிக்கு இணையாகவும் ஒரிசா என்று வழங்கப்பட்ட ஓடிசா சமஸ்கிருத மொழியின் இணையாக மக்களால் பேசப்பட்டு வந்தது.

இதே காலத்தில் சமஸ்கிருதம் வடநாட்டிலும் தென்னாட்டிலும் ஒரே காலத்தில் பேசும் வழக்கு மொழியாக, பேச்சு மொழியாக கலந்துறவாடின.

சமஸ்கிருதம் பயின்ற பிராமணர்கள் இந்தியா முழுவதும் மக்களோடு கலந்து அதுவும் படித்த பண்டிதர்களால் கலந்துறவாடி அம்மொழி மூலம் இலக்கியங்களை படைத்து திராவிட மொழி களோடு பின்னிப் பிணைந்தனர். இதனை தங்களின் பணியாகவே மேற்கொண்டனர்.

இத்தகைய குடும்பங்கள் மக்களோடு கலந்து ஒவ்வொரு பகுதியிலும் அந்தந்த மொழிக் குடும்பங்களில் கலந்துறவாட வைத்தது. இதன் விளைவு இதனை பிராமணர்கள் மட்டுமல்லாது கல்வியறிவு பெற்ற பலரும் பிற்காலத்தில் பயன்படுத்தினர். அதன் விளைவாகவே பக்தி இலக்கியங்கள் தமிழிலும், வேதங்கள் சமஸ்கிருதத்திலும் படைக்கப் பட்டன.

ஆயினும் தமிழ், பின்னால் தோன்றிய தமிழின் கிளை மொழிகளான தெலுங்கு, மலையாளம், கன்னடம் போன்ற மொழிகளில் படைப்புகள் தோன்றினாலும் சமஸ்கிருதம் தன்னளவில் இறை வழிபாட்டு மொழியாக, மந்திர உச்சாடன மொழியாக அவர் களிடத்தில் வழங்கியும், ஒரு சிலர் வேதங்களை படைத்தனர்.

இதனால் இவ்வினம் திராவிட பிராமணர்கள், ஆந்திர பிராமணர்கள், கர்நாடக பிராமணர்கள் - என இந்தியா முழுவதும் சமஸ்கிருதம் பரவி இலக்கிய மொழியாகவும், பேச்சு மொழியாக வும் மக்கள் வழக்கில் வந்தது. ஆயினும் தமிழகத்தில் சமஸ்கிருதம் பேச்சு மொழியாக அந்தச் சமூகத்தில் புழங்கவில்லை என்பது குறிப்பிடத்தக்கது.

இந்துஸ்தானி, வேறுபட்ட மொழியாயினும் தக்காண பீடபூமியில் வாழும் முகமதிய மக்களின் பேச்சுரிமை மொழி எனலாம். இவர்கள் பாரசீகம், ஆப்கானிஸ்தான் பகுதியில் இருந்து இந்தியாவின் வடக்கே குடியேறியவர்கள் ஆவர். ஆனால் பொதுவான நடுத்தட்டு, கீழ்த்தட்டு முகமதிய மக்கள் அனைவரும் அவர்கள் வாழும் இடங்களில் வழங்கும் மொழிகளையே அவர்களின் தாய்மொழி யாக வரித்துக் கொண்டனர்.

ஈப்ரூ மொழி, கொச்சியில் வாழும் சில யூதர்களால் வழங்கப் பெறுகிறது. குஜராத்தியும் மராட்டியும் தென்னாட்டில் வாழும் குஜராத்தி வட்டிக் கடைக்காரர்களாலும் பார்சி வணிக மக்களாலும் வழங்கப் பெறுகின்றன.

பின்னால் படையெடுத்த போர்ச்சுக்கீசிய மொழியையும் இந்திய போர்ச்சுக்கீசிய மக்கள் மறந்தனர். புதுவை, காரைக்கால், மாகி போன்ற இடங்களில் வாழும் பிரான்சு நாட்டவர் ப்ரெஞ்சு மொழியை பேசுகின்றனர்.

இந்தியா பிரிட்டிஷ் ஆளுமைக்கு உட்பட்ட பின் ஆங்கிலம் இந்தியா முழுவதும் ஆட்சி மொழியாக திணிக்கப்பட்ட பின் வாணிப மொழியாகவும், வழக்காடு மன்ற மொழியாகவும் பெரும்பாலான மக்களால் விரைவாகவும் விரிந்து பரந்து வழக்குத்துக்கு வந்தன. அதுவும் கற்றறிந்த, கற்றுக் கொள்ளும் ஆர்வமுடைய மக்களால் வழக்கத்துக்கு ஆட்பட்டன.

ஆனால் தென்னாட்டில் வாழும் எந்த இனத்தவரிடையே, மொழி யினரிடையே ஆங்கிலமோ - சமஸ்கிருதமோ பேச்சு மொழியாக இடம் பெறவில்லை.

பின்னால் கற்கும் ஆர்வம் உள்ளவர்களால் ஆங்கிலம் மக்களிடையே வளர்ந்து, மக்களின் பேச்சு மொழியாக வளர்ந்தது. நவீன அறிவியல் உலகில் உலகம் முழுதும் பரவி நம்மிடையேயும் பேச்சு மொழியாகவும் உருவெடுத்திருக்கிறது.

தொன்மை வாய்ந்த தமிழ்மொழிக்கும், இரண்டாயிரம் ஆண்டுகளுக்கு மேலாக மிகப்பெரிய தாக்கத்தை ஏற்படுத்திய சமஸ்கிருதம் கற்றோர் தங்கள் கல்விச் செழிப்பால் இந்தியா முழுதும் பரவி ஒவ்வொரு மொழிக் குடும்பத்தாரோடு கலந்தனர். இதில் அறிவார்ந்த சமூகத்தினர் சமஸ்கிருத மொழியைக் கற்றுத் தேர்ந்தனர்; இலக்கியங்களை படைத்தனர்.

மொழிக் குடும்பங்கள் குறித்து சமஸ்கிருதத்தில் 'ஆந்த்ர - திராவிட பாஷா' - தெலுங்கு, தமிழ்மொழி, தொடர்ந்து தெலுங்கு - தமிழ் மொழிகள் எனும் நூல்வழி மூலம் கி.பி. எட்டாம் நூற்றாண்டின் இறுதியில் வாழ்ந்த குமாரிலபட்டரால் வழங்கப்பட்டது; ஆளப்பட்டது.

தென்னிந்திய மொழிகளில் முதன் முதலில் செம்மாந்து நிலைத்து நின்ற மொழி தமிழே. பழம்பெரும் சொல்லுருவங்களையும் அதுவும் சிறந்த சொல்லாக்கங்களை பெற்று வளர்ந்த மொழி தமிழே. ஆகவே மொழி வரிசையில் தலைமை இடம் பெற்றது.

பழவேற்காட்டிலிருந்து கன்னியாகுமரி வரையும் மேற்கு மலைத் தொடரிலிருந்து வங்காள விரிகடல் வரையிலும், பரந்த கர்நாடக நிலப்பகுதி முழுவதிலும், மலைத் தொடருக்கு மேற்கில் குமரி முதல் திருவனந்தபுரம் வரையுள்ள தென் திருவான்கூர் நாட்டிலும் தமிழ் பேசப்பட்டது.

கிறித்து ஆண்டு தொடங்குவதற்கும் முன்பே, சிங்களவர்கள் பகுதியில் தமிழர்கள் குடியேறத் தொடங்கிய இடமாகிய ஈழ நாட்டின் வடபகுதியிலும் வட மேற்கு பகுதியிலும் அது இன்றும் வழக்கத்தில் இருப்பது நாம் அறிந்ததே.

ஈழ நாடு முழுவதிலும் உள்ள 'கூ' என்றழைக்கப்படுகிற காபி, தேயிலைத் தோட்டத் தொழிலாளிகள் அனைவரும் நம்மூர்

தமிழர்களே. கொழும்பிலும் பெரும்பகுதி வணிகம் செய்வோர் தமிழர்களே.

தென்னிந்தியாவில் உள்ள எல்லா இராணுவத் தளங்களிலும், அங்கு வழங்கும் மாநில மொழி எதுவாயினும் பெருவாரியான மக்கள் வழங்கும் மொழி தமிழே. மலையாள நாட்டு கண்ணூரிலும், கன்னட மாநிலம் பெங்களூரிலும், தெலுங்கு நாட்டு பெல்லாரி யிலும், செகந்திரபாத்தில் கடைவீதிகளிலும் பெருவாரியாக காதில் ஒலிக்கும் மொழி தமிழே.

இது மட்டுமா? பெங், பினாங், சிங்கப்பூர், தொலை கிழக்கு நாடுகள், பிற இடங்களிலும் வாழும் தமிழர்கள் இந்நாட்டினை செம்மைப் படுத்தி மேடுயர்த்தி உழைத்த உழைப்பாளிகள் தமிழர்களே. மேற்கிந்திய தீவுகளுக்கு கூலிகளாக, மிகப்பெரிய அளவில் 17, 18ஆம் நூற்றாண்டில் அடிமை மக்களாக சென்று அந்நாட்டினை வளம் பெறச் செய்தவர்கள் தமிழர்களே.

சுருங்கச் சொன்னால் செல்வம் சேர்க்கும் முயற்சி உலகின் எங்கெல்லாம் மேற்கொள்ளப்பட வேண்டுமோ, அங்கெல்லாம் பஞ்சப் பராரிகளாய் நம் தேசத்தின் அதுவும் தமிழர்கள் எடுத்த முயற்சியும், தளரா உழைப்பும் உடையோராகிய தமிழர் கூட்டம் கூட்டமாய் சென்று வாழ்ந்த தமிழர்களின் எண்ணிக்கை 21 கோடி தமிழர்கள் என்பது குறிப்பிடத்தக்கது.

மொத்தத்தில் தமிழர்கள் கி.பி.5ஆம் நூற்றாண்டிலிருந்து பாழ்பட்டு வறுமை மிஞ்சி கிடந்த தேசங்களை மேடுயர்த்தி, விளைநிலங்களாய் ஆக்கி வீதி சமைத்து செழுமைப்படுத்தியவர்கள் தமிழர்களே. இத்தகைய மனித கூட்டம் வளர வளர மொழிகள் சிறப்புற சிறப்புற சில மொழிகள் நிலைத்து நின்றன, சில வழங்கிழந்து போயின. அதில்,

வழக்கிலுள்ள மொழிகள் : தமிழ், மலையாளம், தெலுங்கு, கன்னடம், துளு, குடகு.

வழக்கிழந்த மொழிகள் : தூதம், சோதம், கோண்ட், கூ, ஒரியன், கிராஸ் மஹால்.

இதுவும் பின்னாளில் துளு, குடகு பேச்சு மொழியாக விளங்கினாலும் எழுத்து மொழியாக உருப்பெறவில்லை என்பது குறிப்பிடத்தக்கது.

இத்தகைய மொழி வரலாறும், மக்கள் தொன்மையும் கொண்டு 'யாதும் ஊரே யாவரும் கேளிர்' என்ற மொழிக்கேற்க உலக மெங்கும் பரந்து விரிந்து தங்கள் உழைப்பினை ஈந்து உயர்த்திக் காட்டிய தமிழர்கள் பின்னால்...

"வேதமும் உபநிடதமும் மெய்ந் நூல்களெல்லாம் போய்
பேதைக் கதைகள் பிதற்றுவர் இந்நாட்டினிலே"

என்ற பாரதியின் வாக்குக்கொப்ப தமிழர்கள் உழைப்பைச் சிறப்பை, மொழியின் வளத்தை அறியாத இன்றைய ஆட்சியாளர்கள் தமிழை, தமிழ்நாட்டை, தமிழக அரசை ஏறி மிதித்து கொக்கரிப்பதை என்ன சொல்ல?

ஸ்காட்லாந்தை சேர்ந்த ஜான்மார்டின் கில் கிறிஸ்ட் இவர் ஒரு மருத்துவர். மொழி ஆய்வாளர். இந்தியாவில் மதப்பிரச்சாரம், மருத்துவச் சேவை செய்யும் நோக்கத்துடன் இந்தியாவுக்கு வந்தார். ஒரே மொழி பேசும் ஆங்கிலேயர் மத்தியில் வாழ்ந்த அவருக்கு, இந்தியாவில் பன்மொழி பேசும் மக்களை கண்டு வியந்தார்.

குறிப்பாக இந்துக்கள் இந்துஸ்தானமும், முஸ்லீம்கள் உருது பேசு வதைக் கண்டு வியந்தார். மேலும் அவர்களிடையே மொழிப் பகைமை உணர்ச்சி இல்லாமல் ஒருவருக்கொருவர் இணக்கமாக வாழ்வதை பொருக்காத சில கிறிஸ்ட் அவர்களிடையே பிளவினை உண்டாக்கும் நோக்குடன், 'ஏன் ஒரு புதிய மொழியை இவர் களிடையே வளர்த்தெடுக்கக் கூடாது, இரு வேறு மத வழிப் பாட்டினை உருவாக்கக் கூடாது' என்ற நோக்கில் சமஸ்கிருதம், உருது. கரி போலி பேசுகிற வித்வான்களை அழைத்து, அவர்களுக் கான வெகுமதிகள் கொடுத்து புதிய மொழியை உருவாக்கும் 1782ஆம் ஆண்டு முயற்சிகளில் இறங்கி அவர்களும் கரிபோலி, சமஸ்கிருதம், இந்துஸ்தான் மொழிகளில் கூட்டு கலவையாக இந்தி மொழி உருவாக்கினர்.

இதனை இந்திய மக்களிடம் கொண்டு செல்ல என்ன வழி என்று யோசித்த கில் கிறிஸ்ட், இந்தி மொழியில் பைபிளைக் கொண்டு வந்து அதன் வழியே இந்தியை வளர்த்தெடுத்தார். அதனைத் தொடர்ந்து *1826*ல் Wisdom martin magazine என்ற செய்தித்தாளை நிறுவி மக்களிடையே இந்தி மொழி வளர்த்தெடுத்தார். இதனை இந்துஸ்தானில் உள்ள இந்துக்கள் இந்தியில் ஆழக்கால் பட்டனர். இஸ்லாமியர்களோ தங்கள் உருது மொழியை தக்க வைத்துக் கொண்டனர்.

ஆக இந்தி பிறந்தது *207* ஆண்டுகளே. ஆக 'இந்தி' இந்தியாவின் மொழியே அல்ல. வெள்ளக்காரனால் உருவாக்கப்பட்ட மொழி என்பதே யதார்த்தம்.

வங்க எழுத்தாளர் தேவ்தன் சௌத்ரி இது குறித்து குறிப்பிடுகையில், "ஆங்கில மொழியின் தந்தை மெக்கலே என்றால் வெள்ளக்காரன் பெத்துப் போட்ட பிள்ளைதான் இந்தி" என்பார். உருவாக்கப்பட்ட இந்தி மொழிக்கு இவ்வளவு மெனக்கெடும் ஒன்றிய அரசின் இந்தித் திணிப்பை என்னென்று சொல்ல? ஆக இந்தி மொழியின் வரலாறு இதுதான்.

■

4. இந்தி மொழி வளர்ந்த விதம்

இந்திய தேசத்தில் இந்தி மொழி பேசுவோர் 55 சதவீதத்தினர் எனலாம். வடமொழியை அடிப்படையாகக் கொண்ட இம்மொழி உருது, சமஸ்கிருதம், பாரசீக, அரேபிய மொழிகளின் கூட்டுக் கலவை என்றே சொல்லத்தகும்.

இந்தி மொழி வடமொழியான சமஸ்கிருதத்தை அடிப்படையாகக் கொண்டது. இந்தி மொழியின் இலக்கிய வரலாறு இந்தியாவில் இஸ்லாமியப் படையெடுப்புக்கு பின் தோன்றியது. அக்காலத்தில் பெரும் மாறுதல் கண்டு இந்தி மொழியாக படிப்படியாய் வளர்ந்தன.

வடமொழியின் இரு திசைமொழிகளாக இருந்த பாலியும், அர்த்தமாகதியும், சமஸ்கிருதத்தினை உள்வாங்கி இந்தி மொழி வளர்ந்தது.

அடிப்படையில் இந்தி பெரும்பான்மை மக்கள் பேசும் மொழி அல்ல. அதிகபட்சம் 10 முதல் 15 சதம் வரை மக்கள் பேசுவதில்லை. உத்திரபிரதேசம், பீகார், ராஜஸ்தானின் சில பகுதிகள், மத்திய பிரதேசம் ஆகிய மாநிலங்களில் இந்தி பிரதான பேச்சு மொழியாக

பயன்படுகிறது. (இங்கும் பல பிராந்திய மொழிகள் உள்ளன. ஆனால் மக்கள்தொகை குறைவு) மற்ற பல மாநிலங்களில் சமஸ்கிருதத்தி லிருந்து பிரிந்து வந்த மொழிகள் காணலாம்.

உதாரணமாக பஞ்சாபி, குஜராத்தி போன்ற மாநிலங்களில் ஓரளவு பேசுமொழியாக புழங்குகின்றன.

இந்தி மொழியால் அழிந்த மொழிகள் மைதிலி (பீகார்), விரசு (உத்திரப்பிரதேசம்), அவதி (உத்திரபிரதேசம்), புந்தேல் கண்டி (மத்திய பிரதேசம்), சூரசேனி (சவுராட்டிரம்), அரியானவி (அரியானா) போன்ற மொழிகள் இன்றும் பேச்சளவில் மேற்கண்ட மாநிலங்களில் சிறுபான்மை மக்களால் பேசப்பட்டு, எழுத்து வடிவில் முற்றாக அழிக்கப்பட்டன.

தற்போது ஆறு மொழிகள் அதாவது தமிழ், சமஸ்கிருதம், கன்னடம், தெலுங்கு, மலையாளம் மற்றும் ஒடியா ஆகியவை செம்மொழி தகுதியைப் பெற்றன. 2004-ஆம் ஆண்டு இந்தியாவில் செம்மொழி தகுதி பெற்ற முதல் மொழி தமிழ் என்றே ஒன்றிய அரசு அறிவித்தது. இந்த நிலைய மாற்றி 1963 களில் அலுவலக மொழிகள் சட்டத்தை நிறைவேற்றியது.

இதன்படி 1965ஆம் ஆண்டுக்குப் பின்னரும் ஆங்கிலம் அலுவல் மொழியாக நீடித்தது; தொடர்ந்து இதன் விளைவு இந்தியாவில் குறிப்பாக இந்தி இயக்கத்தின் வரலாற்றை நான்கு பகுதிகளாக பிரிக்கின்றன.

இதன் நீட்சியாக இந்தி பேசும் மாநிலம் தவிர்த்து பிற மாநிலங் களில் இந்தி பிரச்சார சபாக்கள் தோற்றுவிக்கப்பட்டன.

1918 ஆம் ஆண்டு ஜூன் மாதம் 17ஆம் நாள் அன்னிபெசன்ட் அம்மையாரால் இச்சபா தொடங்கப்பட்டது. இங்கு மகாத்மா காந்தி தங்கியிருந்து இந்தி பிரச்சார சபாவை வளர்த்தெடுத்தார்.

இங்கு 3 வயது முதல் அதிகபட்சம் 50 வயது வரை இந்தி மொழி பயிலலாம். இதில் உள்ள பிராத்மிக், மத்தியமா, ராஷ்டிராபாசா, பிரவேசிகா, விசாரத்-1, விசாரத் 2, ப்ரவின் - 1, பிராவின் 2 ஆகிய 8

வகை தேர்தல்கள் டிப்ளமா, டிகிரி வரை பயிற்றுவிக்கப்படுகிறது.

சென்னை தி.நகரில் உள்ள இந்த சபா மூலம் 4 மாநிலங்களைச் சேர்ந்த 10 லட்சம் மாணவர்கள் இந்தி பயின்று வருகின்றனர். இதில் அதிகபட்சமாக தமிழகத்தில் 3.5 பேரும், ஆந்திரா 2ஆம் இடமும், 3,4 வது இடத்தில் தெலுங்கானாவும், கேரளாவும் இடம் பிடித் துள்ளன. இந்நிறுவனத்தில் ஆண்டுதோறும் இந்தி படிப்போர் எண்ணிக்கை கூடுதலாகிக் கொண்டே இருக்கிறது.

நூற்றாண்டை கடந்து 107 ஆம் ஆண்டில் பயணிக்கும் இந் நிறுவனத்தில் இன்னும் பலர் பயின்றே வருகின்றனர். இதன் மூலம் தமிழகத்தில் பிற மாநிலங்களில் மத்திய அரசின் கல்வி நிறுவனங் களில் இந்தி ஆசிரியர்களாக பணி அமர்த்தப்படுகின்றனர்.

தமிழகத்தில் இந்த சபா மூலம் இந்தி பயின்றவர்கள் 1967 வரை அரசுப் பள்ளியில் இந்தி ஆசிரியர்களால் மாணவர்களுக்கு இந்தி மொழி விருப்பப் பாடமாக போதிக்கப்படடது. மாணவர் பயின்று இன்றைய நாள் வரை இந்தி ஆசிரியர்களாக பணியாற்றி வருகின்றனர் என்பதே நிதர்சனம்.

அக்காலத்தில் காந்தி சென்னை பயணத்தின்போது இங்கு தங்கி யிருந்ததோடு இந்தியை மக்கள் பயன்பாட்டுக்கு கொண்டு வரும் நோக்கில், ‘இந்தியை பயில வேண்டும்’ என்று வற்புறுத்தினார். ‘இந்தியாவை, இந்திய மக்களை இணைக்கும் இந்தி மொழி ஒரு இணைப்புப் பாலமாக திகழும்’ என்றும் எழுதினார்; பேசினார்.

ஆயினும் அவர் தமிழையும், தமிழ் மொழியையும் தமிழர் கலாச்சாரத்தை பேணும் வகையில், ‘தமிழின் வேதமான திருக்குறளை அறியாமல் போனேனே!’ என்று ஆதங்கப்பட்டதோடு திருக்குறளை பயிலவும் தமிழை பயிலவும் தொடங்கி தமிழில் கையெழுத்திடவும் பயின்றார் என்பது வரலாறு நமக்குச் சொல்லித் தரும் பாடம்.

■

5. இந்தித் திணிப்பு முயற்சி

“மொழிகள் என்பது வெறும் தியரி மட்டும் அல்ல. அதைக் கற்றறிந்தோரைவிட பன்மடங்கு மேன்மையானது; செழுமை யானது; போற்றத்தக்கது. எனவே தமிழ் மிகவும் உபயோகமானதும், தவிர்க்க முடியாததாகவும் இருக்கிறது” என்று ‘திராவிட மொழி அல்லது தென்னிந்திய மொழிக் குடும்பம்’ எனும் நூலினைப் படைத்த மேற்குலக அறிஞர் கால்டுவெல் குறிப்பிடுகிறார்.

அத்தகைய சிறப்பு வாய்ந்த தமிழ் மொழியின் கலாச்சார பின்னணி யில் ஏராளமான இலக்கணங்கள், இலக்கியங்கள், தமிழ் மொழியை பறைசாற்றுவன ஆகும்.

மேலும் கால்டுவெல் திராவிட மொழிகள் குறித்து குறிப்பிடுகையில், “திராவிட மொழிகள் அனைத்தும் தங்களுக்கென்று ஓரிடத்தை பெற்றிருக்கின்றன. அதேபோல் இந்தோ - ஐரோப்பிய மொழிக் குடும்பங்களுக்கும் துரேனியன் மற்றும் சிந்தியன் மொழிக் குடும்பங் களுக்கிடையே இருப்பதையும் நான் நன்கு அறிவேன்” எனக் குறிப்பிடுகிறார்.

இந்தியா சுதந்திரம் பெற்ற பின், அதாவது குடியரசு ஆன பின் மொழிவழி மாநிலம் பிரிக்கப்பட்டது. இது தமிழ்நாடு, கேரளம், கன்னடம், ஆந்திரம் என மொழிவழி மாநிலம் பிரிக்கப்பட்டு அந்த மொழிவழி மாநிலங்கள் அந்தந்த மொழி வழிப் பாடங்கள் பயிற்றுவிக்கப்பட்டன. ஆயினும் பின்னாளில் தொடர்பு மொழியாக ஆங்கிலமே செழித்தோங்கியது.

இதிலும்கூட தென்னிந்திய மொழி மக்கள் தங்கள் தாய்மொழியை முதல் பாடமாகவும், ஆங்கிலத்தினை பிறிதொரு மொழியாகப் பயின்றனர்.

இதில் மேலும் விசேஷம் என்னவென்றால் தென்னக மக்கள் மட்டுமே ஆங்கிலப் புலமைப் பெற்று மேலை நாடுகளுக்கு தம் உழைப்பினை ஈந்து மேலை நாடுகளை மேடுயர்த்தி, வீதி சமைத்து வளம் கொழிக்கும் பூமியாக அந்த நாடுகள் மேம்பாடு அடையச் செய்தனர்.

அதுவும் குறிப்பாக தமிழினத்து மக்கள் பண்டை நாளிலிருந்து உழைக்கும் மக்களாய் பயணப்பட்டும், அடிமை மக்களாய் அழைத்துச் செல்லப்பட்டும் அவர்கள் நாட்டினை வளம் கொழிக்கச் செய்தனர்.

குறிப்பாக அமெரிக்கா, கனடா, இங்கிலாந்து, சிங்கப்பூர், மலேசியா, ஆப்பிரிக்க நாடுகளின் வளத்துக்கும் பொருளாதார வளர்ச்சிக்கும் தன்னுயிரை தந்து அந்நாடுகளை வளம் கொழிக்கவும் செய்தனர். இன்றும் இந்நாடுகள் வளர்ச்சியில் கை கொடுத்து நவீன அறிவியல் தொழில்நுட்ப நாடாக வளர்த்தெடுத்தனர்; வளர்த்தெடுத்தும் வருகின்றனர்.

தமிழகம் பண்டை நாளிலிருந்தே கப்பல் வணிகம் செய்து பண்டை ரோம், இத்தாலி, சீனா நாடுகளுக்குச் சென்று கப்பல் வர்த்தகச் சந்தையில் கோலோச்சினர் என்பது வரலாறு.

இதனை அடையாளமாக கொண்டு தென்னகம் தவிர பிற மாநிலங்களை வளர்ச்சிப் பாதைக்கு கொண்டு செல்ல காங்கிரஸ் பேரியக்கம் இந்தி மொழியை கற்கவும், திணிக்கவும் முற்பட்டனர்.

எனவே இந்தி மொழிப் பாடத்தை தென்னிந்தியாவில் புகுத்தி இந்தி கற்றபின் இந்தி மொழி பேசும் மாநிலத்தின் வளர்ச்சிக்கு பலிகாடாக்கும் முயற்சியில் இறங்கி இந்தி மொழியை திணிக்க முற்பட்டனர். அதன் விளைவு தென்னிந்திய மக்கள் இந்தி பயிலவும் அதற்கு பலிகாடாக்கவும் இந்தி பிரச்சார சபாவை தென்னகத்தில் தோற்றுவித்தனர்.

தமிழகத்தின் இந்தி பிரச்சார சபா மூலம் 1919ல் 80 மாணவர்கள் பயின்று அடுத்தடுத்த ஆண்டுகளில் இந்தியாவில் 6000 மையமாக விரிவாக்கம் செய்ய 7000க்கும் அதிகமான ஆசிரியர்களால் இந்தி மொழி பாடமாக பயிற்றுவிக்கப்பட்டு தென்னிந்தியப் பள்ளிகளில் ஆரம்ப பாடசாலைகளிலிருந்து தமிழகத்தைச் சேர்ந்த ஆசிரியர், ஆசிரியைகளால் பயிற்றுவிக்கப்பட்டது.

இதன் மூலம் வடமாநிலங்களுக்கும் இந்தி போதிக்கும் ஆசிரியர்கள் பயணப்பட்டதும், வடமாநில வியாபாரிகளாகயும், தொழிலாளர்கள் அதுவும் வங்கிகள், பல்கலை கழகங்களில் உயர்குடி மக்களுக்கும் பயிற்றுவிக்கும், போதிக்கும் ஆசிரியராக, உயர்நிலை அலுவலர் களாக, தமிழ் கற்றோரும் வடமாநிலங்களில் பணியாற்றினார்.

அதே பொழுதில் வடமாநிலங்களில் இந்தி மொழி பேசுவோர் அடித்தட்டு மக்கள், கூலிகள், பஞ்சை பராரிகள் இந்தி மொழி மட்டுமே பயின்று கற்று உள்ளூரிலேயே இருந்து 'குண்டாஞ் சட்டிக்குள் குதிரை ஓட்டுவதுபோல்' என்ற பழமொழிக்கேற்ப உள்ளூரிலேயே தங்கி தங்கள் பொருளாதாரத்தை நிலைநிறுத்திக் கொண்டனர்.

இதன் விளைவு வெறும் இந்தி மொழியை கற்றோர் தாங்கள் இருக்கும் இடத்திலேயே புழுங்கிப் புண்ணாகிப் போயினர்.

ஆனால் இந்தி, ஆங்கிலம் பயின்ற தென்னகத்து மக்கள் வடமாநிலங் களில் கோலோச்சவும், அயல்நாடுகளில் தங்களை நிலை நிறுத்திக் கொண்டு மேற்குலகில் தங்களை நிலைநிறுத்திக் கொண்டதோடு தங்கள் வாழ்விடங்களாக மாற்றிக் கொண்டனர்.

இதனை உணர்ந்து புரிந்து கொண்ட ஒன்றிய அரசு வடமாநில தங்கள் மக்கள் பிறிதொரு மொழியான மேலை நாட்டு மொழியான ஆங்கிலத்தில் பின்தங்கி, உள்ளூர் மக்களாகவே வாழ்வது கண்டு பொறுக்காமல் இதனை இந்தியாவில் வாழும் அனைத்து மக்களும் **இந்தி கட்டாயம் பயில வேண்டும்** என்ற நோக்கில் இந்தி மொழியை கல்விகளில் வளர்த்தெடுத்தனர்.

ஆயினும் தென்னகத்து மக்கள் சிலர் மும்மொழிக் கற்றும், பலர் இரு மொழி மட்டுமே கற்றும் மேலோங்கி நின்றனர். ஆரம்பக் காலத்தில் இந்தி பாடம் அரசு பள்ளிகளில் போதிக்கப்பட்டாலும் தங்கள் சுயதேவை அறிந்து கற்று வளர்ந்தனர். அதே போதில் உலகத் தொடர்பு மொழியான ஆங்கிலத்தை பழுதறக் கற்று, உலகம் முழுவதும் பயணித்து தங்கள் உழைப்பினை செலுத்தி செல்வ கொழிக்கும் நாடாக உருமாற்றினர்.

இந்நேரத்தில் ஜவஹர்லால் நேரு தென்னகத்து மக்கள் மேன்மை யடைந்து அயல் நாட்டில் கோலோச்சுவதை அறிந்து இந்தித் திணிப்பை அறிமுகப்படுத்தினர்.

∎

6. இந்தி எதிர்ப்பு முதல்கட்டப் போர்

'தமிழன் என்றொரு இனமுண்டு, அதற்கு தனியே ஒரு குணம் உண்டு' என்பது நாமக்கல் கவிஞர் இராமலிங்கத்தின் கூற்று.

காந்தி, நேருவின் மொழிக் கொள்கை தமிழகத்தில் எதிர்ப்புணர்வை கிளப்பியது. தமிழகத்தில் அப்போதுதான் காலூன்றிய திராவிட கழகம் இத்தகைய இந்தித் திணிப்புக் கல்வியை தங்கள் அரசியல் ஆதாயத்துக்காக எதிர்ப்பு எனும் போர்வாளை மக்களிடையே காட்டி 'தமிழுக்கு ஆபத்து', 'இந்தியை திணிக்கிறார்கள்' என மேடையில் முழங்கி மக்களை திசை திருப்பினர்.

காந்தி இந்தியாவில் பெரும்பாலான மக்கள் இந்தி மொழி பேசுவதால் தென்னிந்திய மக்களும் இந்தி கற்கலாம் என்ற கோரிக்கையை முன்வைத்தார். இந்திய சுதந்திரம் பெற்று கல்விச் சாலைகள் உருவான பின் இந்திய முழுதும் அரசுப் பள்ளிகளில் (தமிழகம் உள்பட) இந்தி ஒரு பாடமாக விரும்பிப் படிப்போர்க்கு கற்பிக்கப்பட்டது. இதில் தமிழகம், தமிழ்நாடு பின் தங்கியிருப்பினும் பிற தென்னிந்திய மாநிலங்களான ஆந்திரா, கேரளா, கர்நாடகாவில் ஒரு பாடமாக மக்கள் பயின்றனர்; இன்றும் பயில்கின்றனர்.

திராவிட முன்னேற்றக் கழகத்தின் முன்னோடியான பெரியார் இந்தியை எதிர்த்தார்; தமிழ்நாடு தமிழருக்கே என்ற பிரிவினை கோஷத்தை முன்வைத்தார்.

இதில் ஜவஹர்லால் நேரும் அரசியலமைப்பு சட்டத்தில் பிரிவினை கோருவோர் காவல் துறை நடவடிக்கை எடுக்கும் என்றதும் தி.மு.க.வின் அண்ணாதுரை தேர்தல் களத்தில் நிற்கும் பொருட்டு அதனை நிராகரித்து திராவிட கழகத்திலிருந்து பிரிந்து தி.மு.க.வை தோற்றுவித்தார்.

இந்தித் திணிப்பை எதிர்த்து 1937 களிலேயே தமிழகத்தில் இராஜாஜி முதல்வராக, அதாவது பிரதம அமைச்சராக இருந்தபோதே அவர் இந்தியை கட்டாய பாடமாகக் கொண்டு வந்தார். அப்போதே இதனை எதிர்த்து தமிழ்நாட்டில் மிகப்பெரிய கிளர்ச்சி நடை பெற்றது.

இந்தி மொழி திணிப்புக்கு எதிராக இந்த முதல் களப் போராட் டத்தில் ஈ.வெ.ரா., கி.ஆ.பெ. விசுவநாதம், சி.என். அண்ணாதுரை, சாமி சண்முகானந்தா அடிகள், ஈழத்து சிவானந்த அடிகள், சாமி அருணகிரிநாதர், மறைமலை அடிகள் போன்ற தமிழ் அறிஞர் களுடன் இணைந்து போராட்டத்தில் ஈடுபட்டனர்.

இந்தப் போராட்டக் களத்தில் ஈடுபட்ட பெரியார் மூன்றாண்டுகள் சிறை தண்டனையும் பெற்றார். இக்கால கட்டத்தில்தான் தாளமுத்து, நடராசன் என்ற இளம் தலைமுறையினர் இந்தி திணிப்பு எதிராக தங்களை தாங்களே நெருப்பிட்டு மாய்த்துக் கொண்டனர். இந்தப் போராட்டத்தில் சிறை சென்ற பெரியாரை 1938-ஆம் ஆண்டு நவம்பர் மாதம் 29-ஆம் தேதி நீதிக் கட்சியின் தலைவராகத் தேர்ந்தெடுத்தனர்.

பி.டி.ராசன், ஏ.டி.பன்னீர் செல்வம், டபிள்யூ பி.ஏ. சவுந்திர பாண்டியன், சாமியப்பன், கி.ஆ.பெ. விஸ்வநாதம், சி.என்.அண்ணாத்துரை, முத்தையா செட்டியார், துரைசாமி ஆகியோர் பெரியாரின் தலைமை ஏற்றனர். நீதிக்கட்சியின் பொதுச் செயலாளராக கி.ஆ.பெ. விசுவநாதம் தேர்ந்தெடுக்கப்பட்டார்.

1939-ஆம் ஆண்டு டிசம்பர் மாதம் 27-ஆம் தேதி வேலூர் டவுன் ஹாலில் மாகாண தமிழர் மாநாடு நடைபெற்றது. இந்த மாநாட்டில் தான் 'தனித்தமிழ்நாடு' என்ற கோரிக்கை வைக்கப்பட்டது.

1939-ஆம் ஆண்டு டிசம்பர் 10-ஆம் தேதி 'தமிழ்நாடு தமிழருக்கே' என்ற திட்டத்தின் கொள்கை விளக்கக் கூட்டத்தில் சிறப்புப் பேச்சாளராக கலந்து கொண்டு அண்ணாத்துரை பேசினார்.

இந்தி எதிர்ப்புப் போராட்டத்தில் ஈடுபட்டதற்காக மீண்டும் பெரியார் சிறையில் அடைக்கப்பட்டு 1939 மே மாதத்தில் விடுவிக்கப்பட்டார். இதன் எழுச்சியை தொடர்ந்து அடுத்த 8 மாதங்கள் தமிழ்நாட்டில் கட்டாய இந்தி ரத்து செய்யப்பட்டது. ஆயினும் இம்மாநாட்டில் 1940 பிப்ரவரி மாதம் 24-ஆம் தேதி திருவாரூரில் நடைபெற்ற போது 'திராவிட நாடு' பிரிவினை கோரி தீர்மானம் நிறைவேற்றப்பட்டது.

'திராவிடர்களின் பூமியான சென்னை மாகாணம் இந்திய மந்திரியின் நேரடிப் பார்வையின் கீழ் தனிநாடாக பிரிக்கப்பட வேண்டும்' என்று தீர்மானம் வலியுறுத்தியது.

தனித்தமிழ்நாடு கோரிக்கை வைத்த மூன்று மாதங்களிலேயே திராவிடக் கட்சியில் அங்கம் வகித்த பி.டி.ராசன், கி.ஆ.பெ. விசுவநாதம், திரு.வி.க., மறைமலை அடிகளார் போன்றோர் எதிர்த்தனர்.

நீதிக்கட்சியின் பொதுச் செயலாளராக பதவி வகித்த கி.ஆ.பெ, விசுவநாதம், "பெரியார் சர்வாதிகாரப் போக்கில் செயல்படுவ தாகக்" கூறி அவர் மீது 14 குற்றச்சாட்டுகள் கொண்ட 14 பக்கங்கள் கொண்ட அறிக்கை வெளியிட்டு நீதிக்கட்சியிலிருந்து வெளி யேறினார்.

பின்னர் நீதிக்கட்சி சி.என். அண்ணாதுரையை பொதுச் செயலாள ராகத் தேர்ந்தெடுத்து, விலகிய கி.ஆ.பெ. விசுவநாதம் மீண்டும் இணைந்து அமைப்புச் செயலாளராக ஆனார்.

பார்ப்பனர் எதிர்நிலை கொண்ட பெரியார், "நாட்டின் முன்னேற்றத்துக்கு பாடுபடும் பார்ப்பனர்களை நீதிக்கட்சியில் சேர்த்துக் கொள்ளலாம்" என்றார்.

அதற்கு எதிராக பி.டி.ராசன் அறிக்கைகள் விடுத்தார். நீதிக்கட்சியில் பெரியாருக்கு பின்னால் நின்ற இளம் தலைமுறையினர் பெரியாரின் இத்தகைய போக்கில் அதிருப்தி கண்டனர். ஆனால் பெரியார் தனது நிலைப்பாட்டில் பிடிவாதமாக நின்றார். 'திராவிட நாடு' உருப்பெறுவதற்கான அரசியல் சட்டத்தை எழுத இரு குழுக்களை அமைத்தார்.

ஆனால், அக்குழுவினர் ஒருமுறை கூட கூடவில்லை. இந்தக் காலக்கட்டத்தில்தான் இரண்டாம் உலகப் போர் மூண்டது. 'திராவிட நாடு' கோரிக்கை கிடப்பில் போடப்பட்டது. பின்னர் பெரியார் இக்கோரிக்கை ஒத்தி வைக்கப்படுவதாக அறிவித்தார்.

ஆனாலும் பிரிண்டனிலிருந்த வந்த கிரிப்ஸ் தூதுக் குழுவிடம் இக்கோரிக்கையை முன் வைத்தனர். பி.டி.ராசன், கி.ஆ.பெ.விசுவநாதம் ஆகியோர் பெரியார் தலைமைக்கு எதிர்வினை ஆற்றி பெரியாரை தலைமைப் பதவியிலிருந்து விலக்கி ஆர்.கே. சண்முகம் செட்டியாரை தலைவராக்க வலியுறுத்தினார்.

மொத்தத்தில் நீதிக்கட்சியில் மூத்தவர்கள் தனியாகவும் இளைய தலைவர்கள் தனியாகவும் செயல்படத் தொடங்கினர்.

நீதிக்கட்சிக்கு ஆர்.கே. சண்முக செட்டியார் தலைமை வகித்தால் 'திராவிட நாடு' பெற முடியும் என எண்ணினர்; செயல்பட்டனர்.

■

7. திராவிடர் கழகம் தோற்றம்

தமிழகத்தில் இந்தி எதிர்ப்பு அணியை தோற்றுவித்தவர் பெரியாரே. பின்னாளில் பெரியாரிடமிருந்து பிரிந்த இளம் தலைவர்களில் ஒருவரான சி.என். அண்ணாதுரை பெரியாரின் பிரச்சார பீரங்கியாக விளங்கி பெரியாரால் 'தளபதி' என்றழைக்கப்பட்டார்.

அண்ணாத்துரையின் பேச்சு வன்மையும், எழுத்துத் திறமையாலும் நாடகம், சிறுகதைகள் அக்காலத்து இளைஞர்களால் ஈர்க்கப்பட்டது.

1944-ஆம் ஆண்டு ஜூலையில் நீதிக்கட்சியின் மாநாடு சேலத்தில் நடைபெற்றது. இம்மாநாட்டில் அண்ணாத்துரை கொண்டு வந்த சிறப்புத் தீர்மானம் நீதிக்கட்சியில் பெரும் சலசலப்பை ஏற்படுத்தியது.

பி.டி.ராசன், சவுந்திர பாண்டியன், சாமியப்பன், கி.ஆ.பெ. விசுவநாதம், முத்தையா, திரு.வி.க. ஆகியோர் பெரியார் எதிர்ப்பு நிலை எடுத்தனர். ஆயினும் மாநாட்டில் இயற்றப்பட்ட தீர்மானம் பெரும்பாலானோரால் ஆதரிக்கப்பட்டு பெரியாரின் தலைமையில் இயங்க வேண்டும் என முடிவெடுத்தனர்.

அண்ணாத்துரை தீர்மானத்தின் வழியே தென்னிந்திய நல உரிமை சங்கம் ‘திராவிடர் கழகமாக’ மாறியது.

அண்ணாத்துரை கொண்டு வந்த தீர்மானம் :

வெள்ளையர் ஆட்சியில் தரப்பட்ட சர், ராவ்பகதூர், திவான் பகதூர் போன்ற கௌரவப் பட்டங்கள் நீதிக்கட்சியினர் துறக்க வேண்டும். இதுபோன்ற பட்டங்களையோ, விருதுகளையோ வெள்ளையரிட மிருந்து பெறக் கூடாது.

உள்ளாட்சி அமைப்புகளின் தலைவர் உள்ளிட்ட பதவிகளில் இருப்பவர்களும், கவுரவ மாஜிஸ்ட்டிரேட் போன்ற நிர்வாக தொடர்புடைய பதவிகளில் இருப்பவர்களும் உடனே ராஜினாமா செய்வதுடன் மீண்டும் இப்பொறுப்புகளை ஏற்கக் கூடாது.

தங்கள் பெயருக்குப் பின்னால் உள்ள முதலியார், நாயக்கர், நாயுடு, நாயர் உள்ள சாதிப் பெயர்களை விட்டொழிக்க வேண்டும். எதிர் காலத்திலும் எவரும் ஜாதிப் பெயரை இணைக்கக் கூடாது.

தென்னிந்திய நல உரிமைச் சங்கம் (நீதிக்கட்சி) இனி ‘திராவிடர் கழகம்’ என அழைக்கப்பட வேண்டும்.

இந்தத் தீர்மானங்கள் கட்சி தொண்டர்களிடையே பெருத்த வரவேற்பை பெற்றதுடன், பெருந்தனக்காரர்கள், மிட்டாமிரசு களின் ஆட்டம் ஒடுக்கப்பட்டது; அவர்கள் விலக்கி வைக்கப் பட்டனர்.

திராவிடர் கழகத்தின் தலைவராக பெரியாரும் பொதுச் செயலாள ராக அண்ணாத்துரையும் செயலாற்றி திராவிடர் கழகத்தை வளர்த் தெடுப்பதில் தீவிரம் காட்டினர்.

இக்கால கட்டத்தில்தான் நெடுஞ்செழியன், சம்பத், கருணாநிதி, மதியழகன், சி.பி.சிற்றரசு போன்றோர் அங்கமாகி இந்தி எதிர்ப்பு, பகுத்தறிவு, சுயமரியாதை, ஏகாதிபத்திய எதிர்ப்பு, மூடநம்பிக்கை, பிராமண எதிர்ப்பு எனக் களத்தில் இறங்கி செயலாற்றினர்.

இதன் விளைவு பெரியார் தலைமையில் திராவிடர் கழகம் தமிழக மெங்கும் இளைஞர்கள், குறிப்பாக பள்ளி ஆசிரியர்கள்,

பேராசிரியர்கள் மத்தியில் வரவேற்பை பெற்று தமிழகத்தில் பல மாநிலங்களில் கிளைகள் அமைத்து நூலகங்கள் உருவாக்கி மன்றங்கள் பெருக ஆரம்பித்தன.

திராவிடர் கழக முன்னணியினர் பலரும் பேச்சாற்றலும், எழுத்தாற்றலும் மிக்கவர்களாக இருந்ததால் மக்களில் ஒரு பகுதி யினரிடையே அவர்களுக்கு பெரிதும் வரவேற்பு கிடைத்தது. அதே போதில் பகுத்தறிவு, மூடநம்பிக்கை, கடவுளர்கள் மறுப்பு போன்றவை ஊறித் திளைத்துப் போன, கடவுளர் எதிர்ப்பு பெரும் பகுதி மக்களின் வெறுப்புக்கும் ஆளாயின.

‘கறுப்பு சட்டைக்காரனா? அவனோடு பேசாதே, சேராதே, அவனோடு பழகாதே’ என பல வீடுகளில் இளைஞர்களுக்கு தடை போடும் நிலைக்கு ஆளாயினர்.

அண்ணாதுரை, கருணாநிதி போன்றவர்கள் நாடகம், சினிமா மூலமாக பகுத்தறிவு கருத்துகளை பரப்பினார்கள். அவர்கள் மொழி, பேச்சு, எழுத்து நடை இளைய சமூகத்தினரிடம் பெருத்த வரவேற்பை பெற்றன.

திராவிடர் கழகத்துக்கு எதிராக காங்கிரஸ் பேரியக்கமும் கச்சைக் கட்டிக் கொண்டு களத்தில் இறங்கின. கடுமையான விமர்சனங்களை முன் வைத்தன.

கடவுள் மறுப்பு, சுயமரியாதை, பகுத்தறிவு என்ற தளத்தில் இயங்கிய பெரியார், தொடர்ந்து பெண்ணடிமை ஒழிப்பு, ஜாதி மறுப்பு என பேசத் தொடங்கியபோது மேலும் சிலரின் ஆதரவு கிட்டியது.

எழுத்தும், பேச்சும் மட்டுமே மூலதனமாகக் கொண்ட திராவிடக் கழகத்தினர் விடுதலை, திராவிட நாடு, திராவிடன், நம் நாடு என பல இதழ்கள் மூலம் தங்கள் பிரச்சாரங்களை முடுக்கினர். மேலும் திராவிட மாணவர் கழகம், திராவிட எழுத்தாளர் சங்கம், திராவிட நடிகர் சங்கம் என அமைப்புகளையும் உருவாக்கினர்.

இதுவே தமிழகத்தின், தமிழ்நாட்டின் மக்களின் சிந்தனையில் வேரூன்றி ஒரு தனித்துவம்மிக்க மாநிலமாக உருமாறியது; ஆழ்ந்து வேரூன்றி மரமாய், கனியாய் கனிந்து விருட்சமாய் காலூன்றியது.

இதே காலகட்டத்தில் தட்சிணா பாரதி இந்தி பிரச்சார சபா மூலம் பிராமணர்கள் மேல்தட்டு வர்க்கத்தினர் இந்தியை பயின்று, அப்போது அரசு தோற்றுவித்த பள்ளிகள் இந்தி மொழியை பயின்று வந்தனர் என்பது இங்கு குறிப்பிடத்தக்கது. இம்மொழியை பயின்றவர்கள் வங்கி, அரசு அதிகார வர்க்கத்தில் பணியாற்றி தங்கள் பணியை தொடர்ந்தனர்.

இந்நிலையில் 1945-ஆம் ஆண்டு செப்டம்பர் மாதம் 29, 30 தேதிகளில் திருச்சி தென்னூர் பகுதியில் முதல் நாள் சுயமரியாதை மாநாடும், இரண்டாம் நாள் திராவிட கழக மாநாடும் நடை பெற்றது.

இம்மாநாட்டின் மூலம் பெரியாருக்கு அடுத்த நிலையில் இருந்த அண்ணாதுரை பின்தள்ளப்பட்டு செல்வந்தர் என். அர்ச்சுனன், தனது மூத்த சகோதரர் ஈ.வெ. கிருஷ்ணசாமியின் மகனான ஈ.வெ.கி.சம்பத் ஆகியோருக்கு முக்கியத்துவம் அளிக்கப்பட்டது.

மேலும் 'தளபதி' என்ற பட்டம் அர்ச்சுனனுக்கு இடம் மாறியது. இச்சூழலைப் புரிந்து கொண்ட அண்ணாத்துரை தம்முடைய நம்பகத் தன்மையை உறுதிப்படுத்தும் வகையில் 'திராவிடர் கழகத் துக்கு நிரந்தரத் தலைவர் பெரியார்' என்று மாநாட்டில் பிரகடனப் படுத்தினார்.

ஆனாலும் பெரியார் ஒரு புதிய தீர்மானத்தைக் கொண்டு வந்து திராவிட நாடு கோரிக்கையை வலியுறுத்தியதோடு 'இனி தளபதி தன் அண்ணன் மகனான ஈ.வெ.கி. சம்பத்' என நியமித்தார்.

ஆனாலும் சளைக்காத அண்ணா 'திராவிட நாடு' என எழுச்சி யுரையை ஆற்றினார்.

அதன் சுருக்கம் :

"இந்தியா என்பது ஒரு கண்டம். எனவே அது பல நாடுகளாக பிரிக்கப்பட வேண்டும். ஐரோப்பா கண்டத்தில் 32 தனித்த நாடுகள் உள்ளன. ஐரோப்பா முழுமையும் ஒரு குடையின் கீழ் இருக்க வேண்டுமென யாரும் கூறவில்லை. அதுபோல் இந்தியாவின் ஒரு

குடையின்கீழ் இருக்க வேண்டுமென்ற அவசியமில்லை. இந்தியா பிரிட்டிஷ் ஆட்சியின்கீழ் இருக்கையில் தனித்தனி ஆட்சி கொண்ட 56 பிரதேசங்கள் அடங்கிய கண்டமாகத்தான் இருந்தது.

பிரிட்டிஷார் தமது ஆதிக்கம் சரியாக நடக்க தக்க ஏற்பாட்டினை செய்து கொள்ளவே இந்தியாவை ஒரே நாடு என்று மற்றவரையும் கருதும்படி செய்தனர். இந்தியாவில் தனித்தனி இனங்கள், மொழிகள் கொண்ட நாடு உள்ளன. இத்தகைய முரண்பாடுகள் கொண்ட தனது சூழ்ச்சி வலிமையால், இணைந்து கட்டுவதால் கலவரமும், மனக்கசப்பும், பிரிவினையும், பிரச்சனைகளும் வளர்ந்து இரத்தக்காடாக மாறாதிருக்க வேண்டு மானால் இப்போதே சமரசமாக இனவாரியாக இந்தியாவை பிரிக்க வேண்டும்.

இனவாரியாக இந்தியா பிரிக்கப்பட்டால் ஒவ்வொரு மாநிலமும் தனிக் கீர்த்தியுடன் விளங்கும். தனித்தனி வட்டாரமானால் ராணுவ பலத்தை அவரவர் இயல்புக்கு ஏற்றபடி வளர்க்க ஏது உண்டாகும். அசோகர், கனிஷ்கர், ஹர்ஷர், அக்பர், சமுத்திர குப்தர் உள்ளிட்ட மன்னர்கள் காலத்திலும் இந்தியா ஒரு நாடாக இருந்ததில்லை. அப்போதும் திராவிட நாடு என்றுச் சொல்லப்படும் தனி நாடு இருந்தது. இன வழியாகப் பிரித்தால் தனிச்சிறப்போடு இயங்கும். பொருளாதார சுரண்டல், வடவர் ஆதிக்கம் அடங்கவும் அறிவை அடக்கும் அவதி நீங்கவும், எதிர்காலத்தில் பூசல்கள் எழாதிருக்கவும் சாந்தம், சமாதானம் நிலவவும் எனவேதான் இந்தியா இனவாரியாக பிரிய வேண்டும் என்று நல்ல நோக்கம் கொண்டவர்கள் எண்ணு கின்றனர்"

ஒரு தீர்க்கத் தரிசன பேச்சாக இருந்தாலும் இங்கு சில முரண்களும் உண்டு என்பது பின்னாளில் நடந்தேறியது என்பதை இங்கு பார்க்க வேண்டும்.

இம்மாநாட்டில் முக்கியத் தீர்மானமாக எதிர்வரும் பொதுத் தேர்தலில் திராவிடக் கழகம் போட்டியிடாது எனப் பேசினார்.

இந்த வாய்ப்பை காங்கிரஸ் பயன்படுத்திக் கொண்டனர். அப்போது நடந்த தேர்தலில் 215 தொகுதிகளில் 163 இடங்களை காங்கிரஸ்

கைப்பற்றியது. அப்போது காங்கிரஸ் தலைவராக காமராஜர் இருந்தார்.

முதலமைச்சராக காங்கிரஸ் மத்திய தலைமை ராஜாஜியை ஆக்க முயற்சியை எடுத்தது. ஆயினும் அதனை தமிழக காங்கிரஸ் ஏற்கவில்லை. பின்னர் வாக்கெடுப்பு நடைபெற்று டி.பிரகாசம் முதல்வராகத் தேர்ந்தெடுக்கப்பட்டார்.

அமைச்சரவையில் ருக்மணி லட்சுமிபதி, வி.வி.கிரி, கோடி ரெட்டி, டேனியல் தாமஸ், கே.ஆர். கரந்த், எம்.பக்தவத்சலம், பி.எஸ். குமாரசாமி, டி.எஸ். அவினாசி லிங்கம், கூர்மையா வீ.வீராசாமி, ராகவ மேனன் ஆகியோர் இடம் பெற்றனர்.

இக்கால கட்டத்தில் காங்கிரஸ் கோஷ்டி பூசல் அதிகமாக இருந்தது.

கோஷ்டிகள் எத்தனை இருந்தாலும் இந்தியாவின் சுதந்திரப் போர் ஒரு பக்கம் வீறுகொண்டு எழுந்தது. நேதாஜி சுபாஷ் சந்திர போஸ் தலைமையிலான இந்திய தேசிய ராணுவமும் ஜப்பான், ஜெர்மனி துணையுடன் பிரிட்டிஷ் அரசு மீது போர்த் தொடுக்க ஆயத்த மாயினர்.

நாடெங்கும் பிரிட்டிஷாருக்கு எதிரான கலகங்கள், போராட்டங்கள் வீறு கொண்டு எழுந்தன. அசாதாரண சூழ்நிலை ஏற்பட்டது.

காந்தியின் ‘செய் அல்லது செத்துமடி’ என்ற கோஷம் மக்கள் மத்தியில் வீறு கொண்டு எழுந்தது. பிரிட்டிஷாரின் பிடிவாதம் தளர்ந்தது.

1946-ஆம் ஆண்டு ஆகஸ்ட் மாதம் 6-ஆம் தேதி இடைக்கால அரசை ஏற்படுத்த வைஸ்ராய் வேவல், காங்கிரஸ் கட்சிக்கு அழைப்பினை விடுத்து, காங்கிரஸும் அதனை ஏற்று பண்டித ஜவஹர்லால் தலைமையில் 12 பேர் கொண்ட அமைச்சரவை செப்டம்பர் மாதம் பதவி ஏற்றது. இதில் ராஜாஜியும் இடம் பெற்றிருந்தார்.

இக்கால கட்டத்தில்தான் புதிய அரசியலமைப்பை உருவாக்கத் திற்காக இந்தியாவிலுள்ள எல்லா வகுப்பினரையும் பிரதிநிதித்துவப் படுத்தும் அரசியல் நிர்ணய சபையை பிரிட்டிஷார் ஏற்படுத்தினர்.

இந்திய மக்கள் தொகையில் பத்து லட்சத்துக்கு ஒருவர் என்ற வகையில் அரசியல் நிர்ணய சபை உறுப்பினர்களின் எண்ணிக்கை 385 ஆக நிர்ணயித்தனர். இதில் தமிழ்நாட்டிலிருந்து ராஜாஜி, காமராஜர், கக்கன், நாடிமுத்துப் பிள்ளை, ஓ.வி.அளகேசன், எம்.ஏ. முத்தையா செட்டியார் உள்ளிட்ட 49 பிரதிநிதிகள் இடம் பெற்றனர்.

இதிலிருந்து புறப்பட்டது இந்தியாவின் தலைமையின் நம்பகத் தன்மை, பூசல்கள் எனத் தொடங்கின.

■

8. சுதந்திர இந்தியா

ஜவஹர்லால் நேரு தலைமையில் சுதந்திர இந்தியா தனது மூச்சுக் காற்றை சுவாசித்தது. ஆயினும் சுதந்திர இந்தியா நேரு தலைமையை விரும்பாத முஸ்லீம் லீக் கட்சியினர் நேரு தலைமையேற்றதை துக்க நாளாகக் கொண்டாடினர்.

முகமது அலி ஜின்னாவும் முஸ்லீம்கள் தனித்து வாழ விரும்பி இந்தியாவிலிருந்து பிரிந்த தனிநாடாக வாழ விரும்பினர். அதற்கான பலகட்டப் பேச்சு வார்த்தைகள் நடத்தியும் காந்தியும் அதற்கு இணங்க வைக்கும் அளவுக்கு ஜின்னா வெற்றி பெற்றார்.

இந்திய சுதந்திர தினத்துக்கு முன்னாள் பாகிஸ்தான் தனிநாடாக பிரிட்டிஷரால் பிரகடணப்படுத்தப்பட்டது. இதனின் விளைவு மும்பை - கல்கத்தா போன்ற நகரங்களில் வகுப்பு மோதல்கள் ஏற்பட்டன.

இந்தியா கலவர பூமியானது. காந்தி அதிர்ச்சியடைந்தார். சுதந்திரத் திருநாளை கொண்டாட முடியாமல் இந்து - முஸ்லீம்களின் ஒற்றுமையை வலியுறுத்தி 'நவகாளி' யாத்திரை மேற்கொண்டார்.

பிரிட்டிஷ் பிரதமர் வின்செண்ட் சர்ச்சில் குறிப்பிட்டதுபோல், "இந்தியாவுக்கு சுதந்திரம் கொடுத்தால் மதம் - கடவுள் - இனத்தின் பேரால் மக்கள் காட்டுமிராண்டிகளாக மாறி விடுவார்கள்'' என்ற வாக்கு மெய்யானது.

அந்நேரத்தில் இந்திய மக்கள் ஜவஹர்லால் நேரு ஆற்றிய உரையில், "இந்திய சரித்திரத்திலேயே முதன்முதலாக மாநிலங்கள் சுதந்திர தகுதியைப் பெறுகின்றன. அந்த சுதந்திர மாநிலங்களை உறுப்பு களாக கொண்டு பூரண சுதந்திர குடியரசு இந்தியாவில் தோன்ற போகிறது என்று உலகோர் அறிய உரத்து சொல்கிறேன்'' என்று மக்கள் எழுச்சிக்கு மத்தியில் உரையாற்றினார்.

இதனிடையே ஜின்னாவின் 'பாகிஸ்தான்' எனும் 'தனிநாடு' பிடிவாதம் பாகிஸ்தானாக மலர்ந்தது. கிழக்குப் பகுதியை பாகிஸ்தானுக்கும், பஞ்சாப் மாநிலத்திலுள்ள கிழக்கு மேற்கு எனப் பிரித்து இந்துக்கள் வாழும் பகுதியை முஸ்லீம், பெரும் பகுதியை பாகிஸ்தானோடும், அஸ்லாம் மாநிலத்தில் சில்ஹறப் பகுதியில் முஸ்லீம்கள் வசிக்கும் பகுதியை பாகிஸ்தானோடு பிரித்து இந்தியா முதன் முதல் இரண்டானது.

இது தவிர சிந்து மாநிலம், வடமேற்கு எல்லைப்புற மாகாணமாக பலுசிஸ்தான் பகுதியும் பாகிஸ்தானாது.

இத்தனை சோதனைக்கிடையில் இந்தியா தன் சுதந்திரக் கொடியை (மூவர்ணக் கொடியை) டெல்லி செங்கோட்டையில் பிரதமர் நேருவால்/ பிரிட்டிஷ் கொடி இறக்கப்பட்டு மூவர்ணத் தேசிய கொடி ஏற்றப்பட்டது. நாடே விழாக்கோலம் பூண்டது. இச்சுதந்திர நாளை தேசிய உணர்வு, உள்ளம் கொண்ட தலைவர்கள், மக்கள் கொண்டாடினாலும் திராவிடர் கழகத் தலைவர் பெரியார் முரண்பட்டு 'துக்க நாளாக' கொண்டாட தம் தொண்டர்களுக்கு வேண்டுகோள் விடுத்தார்.

ஆயினும் இதனின் முன்னணி தலைவர் சிலர் பெரியாரின் இக்கருத் தினை ஏற்கவில்லை. இதனை 'திராவிட நாடு' இதழில் அண்ணா துரை, 'ஆகஸ்ட் 15'ஆம் தேதியை இந்தியச் சுதந்திர நாளை புதிய

இந்திய அரசின் சர்க்காரின் அமைப்பு நாள். இதனை வெற்றிகரமான நாளாக கொண்டாட அறிக்கை விடுத்தார்.

தனிநாடு ஆரம்பக் காலத்திலிருந்து வலியுறுத்தி வந்த பெரியாரின் இத்தகையப் போக்கு மக்கள் மத்தியிலும், தன் கட்சிக்குள் புகைச்சல் ஏற்பட்டது. சில காலம் அண்ணாதுரை திராவிடக் கழக செயல்பாடுகளிலிருந்தும் ஒதுங்கி இருந்தார். தமிழருக்கே உள்ள இந்தத் தனிக்குணம் பின்னாளில் பல்வேறு வடிவங்களில் எதிரொலித்தது.

■

9. இரட்டை குழல் துப்பாக்கி

அப்போது தமிழகம் கேரளம், கர்நாடகம், ஆந்திரா உள்ளடங்கிய பகுதியாக இருந்து சுதந்திரத் திருநாளை திராவிடர் கழகம் மட்டுமே எதிர்த்தாலும் பிற மக்களும், ஆந்திர, கன்னட, கேரள மக்கள் இதனை நிராகரித்தனர். தமிழகத்தில் சுதந்திர நாளை உற்சாகமாக கொண்டாடி மகிழ்ந்தனர்.

காங்கிரஸ் பேரியக்கத்துக்கு சுதந்திரப் போராட்டத்துக்கு பேருதவி யாய் இருந்த கட்சிகள் கம்யூனிஸ்ட் கட்சியும், முஸ்லீம் லீக்கும் ஆகும். விடுதலையை மக்கள் காங்கிரஸின் மூவர்ணக் கொடி, இந்திய கம்யூனிஸ்ட் கட்சியின் சிகப்புக்கொடி, முஸ்லீம் லீக் பச்சை வர்ணக் கொடிகளை ஏந்தி சுதந்திரத் திருநாளாகக் கொண்டாடினர்.

அப்போது தமிழகத்தில் நடைபெற்ற தேர்தலில் ஓமந்தூரார் இராமசாமி ரெட்டியார் முதல்வராகத் தேர்ந்தெடுக்கப்பட்டார். அதே போதில் கம்யூனிஸ்ட் கட்சி தடை செய்யப்பட்டது. பலர் அரசால் கைது செய்யப்பட்டனர்; சிலர் தலைமறைவாக வாழ்ந்தார்கள். கம்யூனிஸ்ட் கட்சி மீதான தடை 1951 ல் விலக்கப்பட்டது.

மக்கள் சுதந்திரத் திருநாளை கொண்டாட விரும்பினாலும், நாட்டில் நிலவிய இந்து - முஸ்லீம் கலவரம் மகாத்மா காந்தியை உறங்க விடாமல் செய்தது. சுதந்திர தினத்தை கொண்டாட விரும்பாமல் நவகாளி போரின் வீரியத்தை தணிக்க பாகிஸ்தான் எல்லை நோக்கி தனது சாத்வீக பயணத்தை தொடர்ந்தார். இந்து - முஸ்லீம் ஒற்றுமைக்காக உண்ணாவிரதம் போன்ற சாத்வீக பயணங்களை மேற்கொண்டார்.

பிறிதொரு புறம் இந்து - முஸ்லீம் ஒற்றுமையை விரும்பாத ஆர்.எஸ்.எஸ். இயக்கம் காந்திக்கு எதிராகவும், அவரை ஒழித்துக் கட்டவும் செயலாற்றினர்; அதற்கான திட்டங்களைத் தீட்டினர்; செயலாற்றினர்.

1948-ஆம் ஆண்டு ஜனவரி 30ஆம் நாள் ஆர்.எஸ்.எஸ். இயக்கத்தைச் சேர்ந்த விநாயக் நாதுராம் கோட்சே காந்தியை தன் துப்பாக்கி குண்டால் அழித்தொழித்தான்.

"தாழ்வுற்று வறுமை மிஞ்சி, விடுதலை தவறிக் கெட்டு, பாழ்பட்டு நின்ற பாரத தேசத்தின் தந்தையான, வாழ்விக்க வந்த காந்தியை கொன்றொழித்தோம்" என்றே சொல்ல வேண்டும்.

சுதந்திர இந்தியாவை ஆண்ட பிரிட்டிஷ் ஏகாதிபத்தியம் 60 ஆண்டு களாக அவரை தாங்கி, பாதுகாத்து சுதந்திரக் கனியாக அவரை நம்மிடம் தந்தது. சுதந்திரம் பெற்ற ஓராண்டில் நாமே அவரை கொன்றோம் என்றுதான் சொல்ல வேண்டும்.

இதுநாள் வரை காந்தியை சுதந்திர இந்தியாவை எதிர்த்து வந்த பெரியார் காந்தி சுட்டு கொன்றதை கண்டித்து, இந்திய தேசத்தை இனி 'காந்தி தேசம்' என அறிக்கை விட்டதோடு திராவிடக் கழகம் இதனை 15 நாட்கள் துக்க நாளாக கொண்டாடும் என அறிவித்தார்.

சுதந்திர இந்தியா இத்தகையப் போக்கில் சென்று கொண்டிருக்க தமிழகத்தில் குறிப்பாக திராவிடர் கழகத்தில் பெரியார் கோஷ்டி, அண்ணாதுரை கோஷ்டி என பிரிந்து செயல்பட்டனர். திராவிட மாணவர் சங்கம், திராவிட எழுத்தாளர் சங்கம், திராவிட நடிகர் சங்கம் உள்ளிட்ட அமைப்புகள் பெரியாரையும், மன்றம், புது

வாழ்வு, நியூ ஜஸ்டிஸ் ஆகிய பத்திரிகைகள் அண்ணாவை ஆதரித்தன. இக்கால கட்டத்தில் பெரியார், ராஜாஜி ஆகிய இருவரின் ரகசிய சந்திப்பு நடைபெற்றது. இது செய்தியானது.

அரசியல் உலகில் எதிரும் புதிருமாக இருந்த இந்த இருவரின் சந்திப்பு பலருக்கு வியப்பைத் தந்தது. இருவரும் எந்தவித அறிக்கையை இது குறித்து வெளியிடவும் இல்லை. தொண்டர்களிடையே குழப்பமும் நிலவியது. அப்போது கோவையில் நடைபெற்ற தி.க. மாநாட்டில் பேசிய பெரியார், 'தாம் ராஜாஜியை சந்தித்தது தனிப்பட்ட விஷயம்' என்று விளக்கமளித்தார்.

இந்நிலையில் 1949 ஜூலை மாதம் 19-ஆம் தேதி அறிக்கை ஒன்றை வெளியிட்டப் பெரியார் அதில், "தமக்கு நம்பிக்கைக்கு உரியவராக யாரும் இல்லை என்றும், அதனால் தமக்கு வாரிசாக ஒருவரை நியமிக்கப் போவதாகவும்" அறிவித்தார். இதன்படி 28.06.1949ல் விடுதலை நாளேட்டின் மூலம், மணியம்மையை வாரிசாக்குவதாக பெரியார் அறிவிப்பு செய்தார்.

இதனை எதிர்பார்க்காத தொண்டர்களில் அண்ணாதுரை, சம்பத் போன்றோர் தந்தி, தொலைபேசி மூலம் இத்திட்டத்தை கைவிடும்படி வலியுறுத்தினர். எதையும் ஏற்காத பெரியார், மணியம்மையை திருமணம் செய்து கட்சிக்கு வாரிசு அவர்தான் எனப் பிரகடணப் படுத்தினார்.

திராவிடக் கழகத்தின் பொதுச் செயலாளரான அண்ணாத்துரை முக்கிய நிர்வாகிகள் தனி கூட்டத்தினை நடத்தினார். பெரியாரின் இத்தகையச் செயலை நிராகரிப்பதாக முடிவெடுத்தனர். அதைத் தொடர்ந்து 10.07.1949 தி.க. செயற்குழு கூடியது. அதில் அண்ணா விற்கு ஆதரவாக 47 உறுப்பினர்களில் 32 பேர் நின்றனர்.

கட்சியின் கடும் எதிர்ப்புகளையும் மீறி பெரியார் 03.07.1949 அன்று மணியம்மையை திருமணம் செய்து கொண்டார்.

இதனைத் தொடர்ந்து பெரியாரின் இத்தகையச் செயலை எதிர்த்து நின்றவர்கள் 'திராவிட முன்னேற்றக் கழகம்' என்ற அமைப்பினை தொடங்க முடிவெடுத்தனர்.

சென்னை ராயபுரத்தில் கொட்டும் மழையில் ராபின்சன் பூங்காவில் தி.மு.க. வித்தூன்றி தொடங்க விழாவுக்கு மு.பழனிச்சாமி தலைமையில் இரா. நெடுஞ்செழியன், மதியழகன், சத்தியவாணி முத்து, என்.வி.நடராசன், சி.சித்தையன், ஏ.வி.பி. ஆசைத்தம்பி, எஸ்.ஈர்.சுப்ரமணியம், மதுரை முத்து, குடந்தை கே.கே. நீலமேகம் பங்கேற்று தி.மு.க. எனும் கட்சியைத் தொடங்கினர்.

கூட்டத்தில் அண்ணாவின் பேச்சு, "பெரியார்தான் எங்களை மறந்தார்; உதாசீனம் செய்தார்; மனம் நோகும்படி பேசினார்; ஏசினார். ஆனால் நாங்கள் அவரை எதிர்த்து போராடவோ, மோதவோ விரும்பவில்லை" என்றார்.

அண்ணாவின் இத்தகைய மென்மையான பேச்சால் ஈர்க்கப்பட்ட திராவிடர் கழகத் தோழர்கள் பலர் விலகி தி.மு.க.வில் அண்ணாவின் தலைமையில் இணைந்தனர். கட்சி தொடங்கிய இரண்டே மாதங்களில் தமிழகமெங்கும் 700 கிளைகள் தொடங்கப்பட்டு 60 ஆயிரத்துக்கு மேற்பட்டோர் உறுப்பினராகச் சேர்ந்தனர்.

தி.மு.க. என்ற பேரியக்கம் படிப்படியாய் தமிழகத்தில் வளர்ந்தது. இதனிடையே மு.கருணாநிதிக்கும், சம்பத்திற்கும் கட்சிக்குள் போட்டியும் வளர்ந்தது. 51களில் நடந்த மாநாட்டில் இந்தப் புகைச்சல் நீடித்தது.

தி.மு.க.வுக்கு எதிரான நிலைப்பாட்டில் பெரியார் உள்ளிட்டோர் இருந்தாலும் அதை பொருட்படுத்தாது அண்ணா இனம், மொழி, தமிழக நலன் காக்கும் விஷயத்தில் 'தி.மு.க.வும், தி.க.வும் இரட்டைக் குழல் துப்பாக்கி'யாக செயல்படும் என்றார் அண்ணா.

மேடை பேச்சுகள், கட்டுரைகள், ஆர்ப்பாட்டங்கள், போராட்டங்கள் மூலமாக காங்கிரஸுக்கு எதிராக வெகுஜன ஆதரவைப் பெற்றது.

அதே காலகட்டத்தில் நாடகம், திரைப்படங்கள் மூலமாகவும் அடித்தட்டு மக்களிடம் ஆதரவைப் பெற்றது. எம்.ஜி.ஆர்., எஸ்.எஸ்.ஆர்., டி.வி. நாராயணசாமி போன்ற நாடக திரைப்படக் கலைஞர்கள் தி.மு.க.வின் பகுத்தறிவு, பெண் விடுதலை, இந்தி எதிர்ப்பு, மத்திய அரசின் அரசியலை எதிர்த்து பேசியும், எழுதியும்

மக்களிடம் கொண்டு சென்றனர். இதில் எம்.ஜி.ஆர், எஸ்.எஸ்.ஆர் போன்றோர் மக்களிடம் செல்வாக்குப் பெற்று முன்னணியில் நின்றனர்.

சுதந்திரம் பெற்று இந்தியா முழுதும் ஆட்சிக் கட்டிலில் இருந்த காங்கிரஸ் பேரியக்கம் தி.மு.க.வின் முன்னணி தலைவர்கள் மீது கடுமையான விமர்சனங்களை முன் வைத்து பிரச்சாரம் செய்தனர்.

திராவிட முன்னேற்றக் கழகம் மக்களிடையே செல்வாக்கு பெறப் பெற தி.மு.க. தமிழகத்தில் தேர்தலில் போட்டியிடவும் துணிந்தது. இதற்கு தீனி போடுவது போல் சென்னை உயர்நீதி மன்றமும், உச்சநீதி மன்றமும் 'வகுப்புவாரி பிரதிநிதித்துவ உரிமை செல்லாது' என்று தீர்ப்பளித்தது.

நீதிக்கட்சி ஆட்சி பிறப்பித்த இந்த வகுப்புவாரி உத்தரவால் பிராமணரல்லாத பிற சமூகத்தினருக்கு கிடைத்து வந்த கல்வி, வேலை வாய்ப்பு பறிபோவதை உணர்ந்த தி.க., தி.மு.க., உள்ளிட்ட இயக்கங்கள் இதனை எதிர்த்து போராட்டக் களத்தில் குதித்தனர்.

வகுப்புவாரி உரிமையை பாதுகாக்கும் வகையில் இந்திய அரசியல் சட்டத்தில் திருத்தம் கொண்டு வர வேண்டும் என வலியுறுத்தி ஆர்ப்பாட்டங்கள், பொதுக் கூட்டங்கள், கண்டன ஊர்வலங்கள், கல்வி நிலையங்களில் வகுப்புகள் புறக்கணிப்பு எனப் பல்வேறு வகையான போராட்டங்கள் தமிழகத்தில் வெடித்தது.

மத்திய அரசுக்கு எதிரான முதல் போராட்டம் தமிழகத்திலிருந்தே வெடித்தன என்பது இங்கு குறிப்பிடத்தக்கது. இதற்கு முழுமுதற் காரணமாய் இருந்தது பிராமணரான இராஜாஜியும் உயர் பதவி வகித்த பிராமணர்களின் செல்வாக்கே காரணமாயின.

இதன் எதிரொலி தமிழகம் இருந்த சூழ்நிலையை உணர்ந்த தமிழக காங்கிரஸ் தலைவர் காமராஜர் உள்ளிட்ட முக்கியத் தலைவர்கள் உடனடியாக அரசியல் சட்டத் திருத்தத்தை மேற்கொள்ளுமாறு பிரதமர் ஜவஹர்லால் நேருவிடம் வலியுறுத்தினர்.

இதன் விளைவாக 1951 ஆம் ஆண்டு ஜூன் மாதம் 2-ஆம் தேதி நாடாளுமன்றத்தில் ''சமூகத்திலும், கல்வியிலும் பின்தங்கிய

மக்களுக்கும் தாழ்த்தப்பட்ட மற்றும் பழங்குடி மலை ஜாதி மக்களுக்கும் முன்னேற்றம் அளிக்கக் கருதி மாநில அரசுகள் தனிச் சலுகை வழங்குவதற்காக செய்யும் எந்த விஷயத்திலும், செயலிலும் தடை செய்யாது” என்ற திருத்தம் கொண்டு வரப்பட்டது. ஜூன் 18ல் இதற்கு ஜனாதிபதியும் ஒப்புதல் அளித்தார்.

அனைத்து மக்களுக்கான அதுவும் அடித்தட்டு, சமூகத்தில் ஒடுக்கப்பட்ட மக்களுக்காக முதல் குரல் தமிழகத்திலிருந்துதான் ஒலிக்கப்பட்டது என்பது இங்கு குறிப்பிடத்தக்கது.

தி.மு.க.வின் இத்தகைய அரசியல் செயல்வினை வெற்றிப் பெற்றதைத் தொடர்ந்து, தி.மு.க. மக்களிடையே பெருத்த ஆதரவைப் பெற்றது. இதனைத் தொடர்ந்து தி.மு.க. சட்ட மன்றத்தில் தங்கள் பிரதிநிதிகள் இடம் பிடிக்க தேர்தலில் இறங்கவும் தீர்மானித்தது.

சட்டசபையில் இடம் பெற வேண்டுமானால் இந்திய அரசியல் சட்டத்திற்கு உட்பட்டு கையெழுத்திட்டாலே சட்டமன்றத்தில் நிற்க முடியும் என்ற விதியின்படி தி.மு.க. ‘தனி நாடு’ கோரிக்கையை கிடப்பில் போட்டது.

தி.மு.க.வில் தலைவரான அண்ணாவும் “தனிநாடு என்ற கப்பலை நானே கவிழ்த்து விட்டேன்” என அறிக்கை விட்டு சட்டசபையில் இடம் பிடிக்க தேர்தல் களத்தில் இறங்கினர்.

அன்றைய சென்னை மாகாணத்திற்கு நடைபெற்ற சட்டமன்றப் பொதுத் தேர்தலில் எந்தக் கட்சியும் தனித்து ஆட்சி அமைக்க முடியவில்லை. ஓரளவுக்கு காங்கிரஸ் கட்சி இடங்களை கைப்பற்றி சில இடங்களில் வெற்றி பெற்றிருந்த உழவர் உழைப்பாளர் கட்சி, காமன்வீல் பார்ட்டி உள்ளிட்ட கட்சிகளின் ஆதரவோடு ஆட்சி அமைத்தது. ராஜாஜி முதல்வராகப் பொறுப்பேற்றார்.

முதல்வராகப் பொறுப்பேற்ற ராஜாஜி 1953-ஆம் ஆண்டு ‘குலக் கல்வித் திட்டம்’ என்கிற புதியக் கல்விக் கொள்கையை அறிமுகப் படுத்தினார். இத்திட்டம் என்பது முன்னோர்கள் செய்து வந்த தொழிலையே அடுத்தவரும் தலைமுறையினரும் பயில வேண்டும் என்பதே.

ராஜாஜி, "இது ஒரு தொழிற்கல்வி, இந்தியா சுதந்திரத்துக்கு பின் தொழில் வளர்ச்சியில் பின்தங்கி உள்ளது. எனவே அந்தந்த தலைமுறையினர் அவரவர் தொழிலைக் கற்றலின் மூலம் வருங் காலத்தில் அடுத்தத் தலைமுறையினர் தொழில் தேர்ச்சி பெற்று தொழில் வல்லுநர் ஆகலாம்" என்றே முன்மொழிந்தார்.

ஆனால், 'இது பிற்படுத்தப்பட்ட, மிகப்பிற்படுத்தப்பட்ட மக்கள் தொழிலில் ஒடுக்கப்பட்ட சமூகத்தினர் இன்னும் ஒருபடி கீழே தள்ளும் முயற்சியே' என்று தி.க., தி.மு.க., கம்யூனிஸ்ட் கட்சிகள் எதிர்த்தன.

மொத்தத்தில் இது வர்ணாசிரம கொள்கையைப் புகுத்தும் செயல், ராஜாஜி தலைமையிலான அரசு மனு தர்மத்தின் அடிப்படை யில் செயல்படுகிறது எனக் கூறி இந்த குலக்கல்வி திட்டத்தை கடுமையாக எதிர்த்துப் போராடின.

போராட்டங்களின் தீவிரத்தை உணர்ந்த ராஜாஜி குலக்கல்வி ரத்து செய்ததுடன் தனது பதவியையும் ராஜினாமா செய்தார். இதற்கு பின்னணியில் இருந்து செயல்பட்டவர் காமராஜர் என்பது குறிப்பிடத்தக்கது.

ராஜாஜிக்குப் பின் தமிழக முதல்வராக காமராசர் தேர்ந்தெடுக்கப் பட்டார். அவருக்கு எதிராக போட்டியிட்ட சி.சுப்ரமணியத்தை பேருள்ளத்துடன் அமைச்சரவையில் சேர்த்துக் கொண்டார்.

காமராஜர் தலைமையிலான ஆட்சிக்கு பெரியார், தி.மு.க. தலைவர் அண்ணா ஆகியோர் ஆதரவுகரம் நீட்டினர். எதிரெதிர் நிலையில் நின்ற பெரியாரும், அண்ணாவும் காமராஜின் அப்பழுக்கற்ற நேர்மையை உணர்ந்து அவரை முதல்வராக வரவேற்றனர். அது மட்டுமல்லாமல் அப்போது நடைபெற்ற இடைத் தேர்தலில் அவருக்கு ஆதரவும் அளித்தனர்.

காமராஜரது ஆட்சியின் காலம் பொற்காலம் எனச் சொல்லலாம். கல்விச் சாலைகள் பெருகின; தொழிற்சாலைகள் வளம் பெற்றன. அணைகள் கட்டப்பட்ட வறண்ட தமிழகத்தை வளம் படைத்த பூமி யாக்கினார்.

பாழ்ப்பட்டு கிடந்த தமிழகத்தை வளர்ச்சி பாதையில் முன்னெடுத்துச் செல்லும் கர்மவீரராக செயலாற்றினார். இந்தியாவை வளர்ச்சிப் பாதைக்கு எடுத்துச் சென்ற பெருமையை காமராஜ், நேருவோடு தோள் கொடுத்து வளர்த்தெடுக்க முனைந்தார்; செயலாற்றினார். புதிய இந்திய தன் திசை வழியில் பயணப்பட்டது.

இதனின் எதிர்வினையாக தி.மு.க. இறங்கி 1956 -ஆம் ஆண்டு திருச்சி மாநகரில் மாநாட்டில் தி.மு.க. நேரடியாக தேர்தலில் போட்டி யிடுவது என்ற முடிவை எடுத்தது; களத்தில் இறங்கியது.

∎

10. உதயமாகிறான் உதயசூரியன்

பாழ்பட்டு வறுமை மிஞ்சி விடுதலைப் பெற்ற இந்தியா அப்போதுதான் வளர்முக நாடாக நடை போட்டது. அகன்ற இந்தப் பாரத தேசத்தை பிரதமராகப் பொறுப்பேற்ற ஜவஹர்லால் நேரு பஞ்சசீல கொள்கையை முன்மொழிந்து பல்வேறு இனம், மொழி, கலாச்சார பன்முகம் கொண்ட தேசத்தை, மக்களை வளர்ச்சிப் பாதையில் கொண்டு செல்ல பல திட்டங்கள் தீட்டி சாலைகள் அமைத்து, ஆலைகள் உருவாக்கி நீர் தேக்கத் திட்டங்கள் கட்டமைத்து வேலை வாய்ப்பினை உருவாக்கி சுதந்திர மக்களை முன்னெடுத்துச் சென்றார்.

அதே வேளையில் இந்தியாவின் பல மாநிலங்களில் வறட்சியும் இயற்கைப் பேரிடர்களையும் சந்திக்க நேர்ந்தது. இதனால் இயற்கை வளங்கள் ஒருபுறம் வளர்ந்தும் பிறிதொரு புறம் சரிந்ததும், நோய்கள், பட்டினிச் சாவுகள் எதிர் நோக்கியும் அனுபவித்தும் எதிர்கொண்டும் வளர்ந்தது.

ஒருபுறம் வளர்ச்சி - மறுபுறம் தளர்ச்சி என்ற பாதையில் மெல்ல மெல்ல நடை போட்டது. விலைவாசி உயர்வும், மத - இனக் கலவரங்

களும் தலை தூக்கியும் பன்முகம் கொண்ட தேசத்தில் இயல்பாய் கிளர்ந்தெழுந்தன.

அம்பேத்கர் தலைமையில் இந்தியாவின் அரசியலமைப்புச் சட்டமும் இயற்றப்பட்டது. ஒவ்வொரு மாநிலம் தனித்தனியாய் பிரிக்கப்பட்டன. 125 மன்னர்களால் சுற்றி வளைக்கப்பட்ட இந்தியாவை உள்துறை அமைச்சரான சர்தார் வல்லபாய் பட்டேல் கடுமையான நடவடிக்கையால் இணைக்கப்பட்டது.

மாகாணங்களாக இருந்த இந்தியா மொழிவாரி மாநிலமாக பிரிக்கப் பட்டது. 1952 குடியரசாக அறிவிக்கப்பட்டு சுதந்திர இந்தியாவின் முதல் பொதுத் தேர்தலும் நடைபெற்றது.

1947லிருந்து 1952 வரை காங்கிரஸ் பேரியக்கமே கட்சி இந்திய முழுதும் மக்களால் தேர்ந்தெடுக்கப்பட்ட மாகாணங்களாகவும், 1952க்குப் பின் மொழிவழி மாநிலமாக பிரிக்கப்பட்ட மாநிலங் களிலும் காங்கிரசே கோலோச்சியது.

குறிப்பாக மேற்கு வங்கம், கேரளா இரு மாநிலங்களில் கம்யூனிஸ்ட்டுகள் கை ஓங்கி இருந்தது.

1952 பொதுத் தேர்தலில் காங்கிரஸ் வெற்றி பெற்றதும் தனித்து எந்தக் கட்சியும் நின்று வெற்றி பெற முடியவில்லை. அது இந்தியாவைப் பொறுத்தவரை இந்நாள் வரை தொடர்கிறது. காரணம், இந்திய ஜனநாயகத் தன்மை என்றே சொல்ல வேண்டும்.

அடுத்த 1956-ஆம் ஆண்டு நடைபெற்ற பொதுத் தேர்தலில் தி.மு.க. 112 தொகுதிகளில் போட்டியிட்டது. அதில் 15 இடங்களே வெற்றி பெற்றாலும் ஆக்கபூர்வமான எதிர்க்கட்சியாக இடம் பெற்று சாதனையை நிகழ்த்தியது.

அந்தக் கால சட்டசபை நடவடிக்கைகள் ஆரோக்கியமானதாக, விவாதங்கள் சுடும், சுவையுமாய் இருந்தன. கம்யூனிஸ்ட் கட்சித் தலைவர், ஜீவானந்தம், முத்துராமலிங்கத் தேவர் ஆகியோரின் தேர்ந்த மொழிகள் மூலம் தமிழகத்தை முன்னெடுத்துச் செல்ல உதவினர். அதில் தி.மு.க. தலைவர்களான அண்ணா, கருணாநிதி,

அன்பழகன் ஆகியோர் சட்டசபை இலக்கியச் சபையாகவும் முன்னெடுத்துச் சென்றனர்.

ஐம்பதுகளுக்குப் பிறகு தி.மு.க.வின் அரசின் புள்ளி விவரங் களும் நுனிநாக்கு, மூக்கின் வழியே பேசும் பேச்சும் பாமர மக்களிடையே தனி அவர்த்தனமாய் ஒலித்து அதில் மூழ்கித் திளைத்தனர். பட்டித்தொட்டி எங்கும் அதன் கிளைகள் உருவாகின. அரங்கங்களிலும், பொதுக் கூட்டங்களிலும் எதுகை மோனையோடு இலக்கியத் தமிழோடு கொஞ்சி உறவாடி இளைஞர் மத்தியில் பெரும் ஈர்ப்பை ஏற்படுத்தின. இந்தக் கால கட்டத்தில் மும்முனைப் போராட்டம் தி.மு.க.வின் வளர்ச்சிக்கு பெரும் துணையாய் நின்றது.

ராஜாஜியின் குலக்கல்வி திட்டத்தை எதிர்த்து நடைபெற்ற போராட்டம், டால்மியாபுரம் என்ற ஊர் பெயரை கல்லக்குடி எனப்பெயர் மாற்றம் கோரி போராட்டம், பிரதமர் நேருவுக்கு எதிராக நடைபெற்ற போராட்டம் என மும்முனை போராட்டத்தின் விளைவாய் தி.மு.க. தலைவர்களும், முன்னணி நிர்வாகிகளும், ஏராளமான தொண்டர்களும் அணி அணியாகச் சிறை சென்றனர்.

மேலும் தி.மு.க.வின் தலைவர்கள் 40க்கும் மேற்பட்ட அரசியல் - கலை - இலக்கிய இதழ்களை நடத்தி உள்ளூர் அரசியல் முதல் அயல்நாட்டு இலக்கியம் வரை எழுதித் தீட்டி தமிழகத்தில் வாசக வட்டத்தை இளம் தலைமுறையினரிடம் கொண்டு சென்று பெரும் வாசகத் தளத்தை வளர்த்து இந்தியாவில் வேறு எங்கும் இல்லாத அளவுக்கு கொண்டு சென்றனர்.

●

இருபதாம் நூற்றாண்டின் தொடக்கத்தில் பெருந்தனகக் காரர்கள், ஜமீன்கள், மன்னர்கள், பிரபல கல்வியாளர்கள், முற்போக்கு சிந்தனையாளர்களால் தொடங்கப்பட்டு வளர்ச்சி யடைந்த வந்த திராவிட இயக்கம், நீதிக்கட்சியாக தேர்தலைச் சந்தித்து 1920, 1923, 1929 காலகட்டங்களில் ஆட்சி அதிகாரத்திற்கு வந்தது. நீதிக்கட்சி திராவிட இயக்கமாக உருமாறிய பிறகு, அது பெரியார் தலைமையில் சமூக நல இயக்கமாகவே செயல்பட்டது.

1949 ஆம் ஆண்டு தி.க.விலிருந்து வெளியேறி தி.மு.க.வைத் தொடங்கிய அண்ணா, ஒரு சில ஆண்டுகளிலேயே தனது பேச்சாற்ற லால், எழுத்தாற்றலால், ஒரு படைத் திரட்டி அக்கட்சியை அரசியல் இயக்கமாக மாற்றி முதல் முறையாக 1957ஆம் ஆண்டு தேர்தலை சந்தித்து 15 எம்.எல்.ஏ.க்களைப் பெற்று எதிர்க்கட்சி என்ற அந்தஸ்தையும் பெற்றார்.

நவீன வளர்ச்சிப் பாதையில் சென்று கொண்டிருந்த இந்தியாவில் சினிமா மோகம் ஆரம்பக் காலகட்டத்தில் அதில் கோலோச்சிய தி.மு.க. அதன் கலைஞர்களில் ஒருவரான எம்.ஜி.ஆர்., எஸ்.எஸ்.ஆர். போன்ற திரைக் கலைஞர்கள் தி.மு.க.வுக்கு பக்க பலமாய் இருந்தனர்.

குறிப்பாக எம்.ஜி.ஆர். மிகப்பெரிய மக்கள் சக்தியாக இடம் பிடித்தார். அவரது மானுடநேயம், மக்களை மதிக்கின்ற நற்பண்பு, வாரி வழங்கிய வள்ளல் தன்மை ஆகியவற்றை தனது நடிப்பாற்ற லால் வெளிப்படுத்தி தமிழக மக்களின் மனத்தில் இடம் பிடித்தார். அவரது ரசிகர்கள் தி.மு.க. தொண்டரானார்கள்.

இதன் தி.மு.க.வின் அரசியல் எழுச்சிக்கு எம்.ஜி.ஆர். அக்கட்சியின் கொடியை, கொள்கையை பட்டித்தொட்டி எங்கும் பரப்பி தனக்கென, கட்சியில் தனி இடம் பிடித்தார்.

அவரை திரையில் பார்த்தவர்கள் மக்கள் மத்தியில் காட்சியளிக்க, வாயைப் பிளந்து கொண்டு ரசிகர் பட்டாளம் குவிந்தது. இது தி.மு.க.வின் அண்ணாவை, தனது கட்சியான தி.மு.க.வை பலம் பெறச் செய்தது. எனவே எம்.ஜி.ஆரிடத்தில் அண்ணா தனித்த மரியாதை செலுத்தி 'என் இதயக்கனி' எனப் புகழ்ந்து தன்னுடன் இணைத்து தி.மு.க.வின் வளர்ச்சிக்கு முக்கியத்துவம் வாய்ந்த ஒருவராக ஆக்கிக் கொண்டார்.

தி.மு.க.வின் வளர்ச்சி என்பது அவர்களது பேச்சாற்றலும், எழுத்தாற்றலே. அதுவும் அவர்கள் தமிழை கையாண்டதும், பக்தி இலக்கியங்களை கிண்டல் நையாண்டி செய்து அதன் வளமையை கீழ்மைத்தனத்தில் வெளிச்சமிட்டுக் காட்டியதும், அக்காலத்தில் தமிழ் பேராசிரியர்கள், அறிஞர்களின் பேருரைகளை அடியொற்றி

யும் தனி தமிழில் பெயர்கள் சூட்டுவதும், தனித்தமிழை வளர்த்தெடுக்கவும் செய்ததால் அக்கால தமிழ் ஆசிரியர்கள், பேராசிரியர்கள், எழுத்தாளர்கள் தி.மு.க.வில் மீது ஆர்வம் கொண்டனர். இந்தி எதிர்ப்பு என்பது தமிழகத்தைப் பொறுத்தவரை சுதந்திரத்துக்கு முன்னாலேயே வித்தூன்றி விருட்சமாய் தழைக்கச் செய்தனர்.

மேலும் அக்காலத்தில் வழங்கப்பட்ட ஸ்ரீமான், ஸ்ரீமதி ஆகியச் சொற்கள் திரு, திருமதி ஆனது. தேர்தலில் நிற்கும் அபேட்சகர், வேட்பாளர் ஆனார். இத்தகைய தி.மு.க.வின் தமிழ்ப்பற்று இளைஞர்கள் பார்வை திசை திருப்பியது. இது நாடகம், சினிமா என கலைஞர்கள் மத்தியிலும் வளர்ந்து அதனை எதிரொலிக்கச் செய்தனர்.

மேலும் தங்கள் பெயர்கள் சமஸ்கிருதம், பாமர பெயர்களிலிருந்து மாற்றி அண்ணாத்துரை - அண்ணாவாகவும், தட்சிணாமூர்த்தி கருணாநிதியாகவும் என ஒவ்வொரும் தங்களது பெயர்களை மாற்றி தனித்தமிழில் அன்பழகன், ஆசைத்தம்பி, மாறன் என மக்களிடம் புழங்கினர். தமிழகத்தில் அரசியலில் வேரூன்றினர்.

ஆட்சிப் பொறுப்பேற்ற காங்கிரஸ் கட்சியிலும், கம்யூனிஸ்ட் கட்சி யிலும் இவர்களின் தனித்தமிழ் வாய் வார்த்தை ஜாலங்களை கிண்டல் கேலி செய்தாலும் அண்ணாவின் பேச்சில் தனிக்கவனம் செலுத்தினர்.

அதில் ஒன்று, நம் நாட்டில் ஜனநாயகம் குழந்தைப் பருவத்தில் இருக்கிறது. நாங்கள் இதுபோன்ற பாராளுமன்ற அமைப்புகளின் நடவடிக்கைகளுக்கு புதியவர்கள், தங்களுடைய புன்சிரிப்போடு கூடிய கட்டளையினால் எங்களைத் திருத்த வேண்டும். பண்படுத்தப் பட்ட ஜனநாயகவாதிகளாக எங்களைத் திருத்த வேண்டும்; ஆக்க வேண்டும்.

இன்று இந்த நாட்டில் அரசியல் பெருந்தன்மை மிகவும் தேவைப்படு கிறது. அரசியல் பெருந்தன்மை என்பது கொடுத்து வாங்கப்பட வேண்டிய ஒன்றே தவிர, ஒரு வழி வியாபாரம் அல்ல....

நாங்கள் எப்படியோ தட்டுத்தடுமாறி சட்டசபை என்ற இந்த ரயிலில் ஏறி விட்டோம். காலையும், கையையும் நீட்டிப் படுத்து ஆதிக்கம் செலுத்துபவர்களை நாங்கள் எழுந்து எங்களுக்கு இடம் தாருங்கள் என்று கேட்பதற்கு முன்னாள், நாங்களே கையையும், காலையும் மடக்கிக் கொண்டு இவர்களும் பயணத்துக்க தகுதி படைத்தவர்கள்தான் என்று நினைத்து எங்கள் இடம் கிடைக்கச் செய்ய வேண்டுகிறேன்.

இப்படி சட்டமன்றத்தில் மக்களின் எளிய மொழியில் பிறரை தன்வசம் ஈர்க்கும் வல்லமை கொண்டதினால் அனைவராலும் ஈர்க்கப்பட்டனர்.

இவர்களின் தமிழ்ச் சொல்லாடல் அவைகளை திறம்பட கையாளுதல் இவைகள் படித்த தமிழ் மக்களிடையே விழிப்புணர்வை ஏற்படுத்தச் செய்து திராவிட எழுத்தாளர்கள் என்ற படையே புறப்பட்டது.

குறிப்பாக மு.வ., தமிழ்வாணன், அகிலன், ஜகவீரபாண்டியன் என எழுத்துலக பட்டாளம் தமிழில் எழுதவும், பேசவும் தூண்டியது. எனவே, தமிழ் பாமர மக்கள் முதல் பண்டிதர் வரை தி.மு.க.வின்பால் ஈர்க்கப்பட்டனர்.

உதயசூரியன் உதயமாகி மேலே எழுந்து தமிழகத்தில் வெய்யில் உச்ச நிலையை எட்டியது.

■

11. மீண்டும் மொழிப் போர்

சுதந்திரத்துக்குப் பின் மொழிவழி மாநிலம் பிரிக்கப்படாமல் மாகாணங்களாகவே செயல்பட்டன. தமிழகம் சென்னை மாகாண மாகவே இருந்தது.

தனித்த மொழியான தமிழகத்தினை சுதந்திரத்துக்கு முன்-பின் 'தமிழ்நாடு' என பெயர் சூட்ட வேண்டும் என்ற கோரிக்கை பல்லோரால் வலியுறுத்தப்பட்டு வந்தது. இதற்காக தமிழக மக்கள் போராடி உயிர் துறந்தாலும் மொழிவழி மாநிலம் ஆன பிறகு காமராஜ் தலைமையில் நடந்த காங்கிரஸ் சட்டசபையில் வலியுறுத்தினாலும் அது கிடப்பிலேயே போடப்பட்டது.

கம்யூனிஸ்ட் இயக்கத்தின் பேச்சாளர், எழுத்தாளர், பத்திரிகை யாளர், இயக்கத்தின் தோழர் ப. ஜீவானந்தம், முத்துராமலிங்கத் தேவர் ஆகியோர் பெயர் மாற்றம் குறித்து வலியுறுத்தினாலும் அது செவிடன் காதில் ஊதிய சங்காகவே இருந்தது.

இது ஒருபுறம் இருக்க சட்டமன்றத்தில் தி.மு.க.வின் செயல்பாடு மக்களிடையே ஓரளவு வரவேற்பைப் பெற்றது. கவர்னர் உரைக்கு

நன்றி தெரிவிக்கும் தீர்மானத்தில் பேசிய அண்ணா, மு.கருணாநிதி ஆகியோர் 'நிலச் சீர்திருத்தம்' குறித்து பேசியவை தமிழக விவசாயிகள் மத்தியில், கூலித் தொழிலாளர்கள் மத்தியில் நம்பிக்கையைப் பெற்றன.

உண்மையில் நிலச்சீர்திருத்தத்தின் அரசுக்கு நம்பிக்கை இருக்குமானால் அவற்றை உடனடியாக சட்டமாக்க தயங்குவதேன்? யாருக்கு இந்த அரசு அஞ்சுகிறது, அரசின் நிலச்சீர்த்திருத்தம் செய்யப் போகிறோம் என்பதும் கிடப்பில் போடப்பட்டது.

இதனை மறைப்பதற்கு வினோபாவின் பூமிதான இயக்கத்தின் செயலை மத்திய சர்க்கார் பயன்படுத்துகிறது என அண்ணா நிலச் சீர்த்திருத்தச் சட்டம் சொல்லியே காலம் கழிக்கிறது. இதனால் நில சுவான்தாரர்களை எச்சரித்து, அவர்கள் தங்களுக்கிடையே நிலத்தை பங்கிட்டு கொள்ளவோ, அல்லது விற்றுவிடவோ வழிசெய்து வருகிறது அரசு என வினோபா பேசியதையும் சுட்டிக்காட்டினார். இந்தப் பிரச்சனையை காங்கிரஸ் சரியான திசை வழியில் கொண்டு செல்லவில்லை.

இது ஒரு பன்முகம் கொண்ட தேசம். ஆண்டாண்டு காலமாக நிலவுடைமை சமுதாயம் கொண்ட பூமி. இதற்கு எதிராக போராடி வெற்றி பெறுவது அவ்வளவு சுலபமல்ல. இவர்களுக்கு முன் கம்யூனிஸ்ட் இயக்கம் போராடியும் வெற்றி பெற முடியவில்லை என்பதே யதார்த்தம். காரணம் 'ஜனநாயகம்' எனும் போலி அரசியல் மேலிடத்திலிருந்து கீழிடம் வரை பரவி இருந்ததே.

பின்னர் ஆட்சிக் கட்டிலில் அமர்ந்த தி.மு.க.வும், இதில் தோல்வி கண்டனர். இன்றும் அதனை ஒரு ஆயுதமாக பயன்படுத்துகின்றனரே அன்றி நிலச்சீர்த்திருத்தம் ஒரு எட்டாக்கனியே.

அதேபோல் தமிழ் மாநிலத்திற்கு 'தமிழ்நாடு' என பெயர் சூட்ட சட்டசபையில் தீர்மானம் கொண்டு வந்தார். அப்போது தீர்மானத்திற்கு ஆதரவாக 42 வாக்குகளும் எதிராக 127 வாக்குகள் என்ற நிலையில் தீர்மானம் தோல்வியைத் தழுவியது.

அடுத்த பத்தாண்டுகளில் ஆட்சிக் கட்டிலில் அமர்ந்த அண்ணா 20.12.1968 'தமிழ்நாடு' பெயர் சூட்டல் தீர்மானத்தைக் கொண்டு வந்து ஏகோபித்த ஆதரவுடன் தமிழ்நாடு என்று பெயர் சூட்டப் பட்டது. பெயர் மாற்றம் தான் இவர்களின் சாதனை.

ஆனாலும் தற்போது ஆட்டுக்குத் தாடிபோல் இருக்கும் கவர்னர் 'தமிழகம்' என்று அழைக்க வேண்டும் என்ற பிரச்சனையை கையிலெடுத்து மத்திய அரசின் கைப்பாவையாக நடந்து வருகிறார் என்பது கவனிக்கத்தக்கது.

அதே போல ஜவஹர்லால் நேருவால் 1950-ஆம் ஆண்டு நிறை வேற்றப்பட்ட இந்திய அரசியல் சட்டத்தில் அடுத்த 15 ஆண்டு களுக்குள் ஆங்கிலம் இருந்த அத்தனை இடங்களிலும் இந்தி மொழி இடம் பெற வேண்டும் என்று குறிப்பிட்டிருந்தார்.

இந்தச் சட்டத்தை அமல்படுத்தும் விதமாக எந்தெந்த துறைகளில் எப்போது இந்தித் திணிப்பை கொண்டு வரலாம் என்று ஆராய்ந்து அறிக்கைத் தருவதற்காக 'கேர்' குழு அமைக்கப்பட்டு, அந்தக் குழு நீண்ட அறிக்கை ஒன்றை மத்திய அரசிடம் தாக்கல் செய்திருந்தது.

இதனை தி.மு.க. கடுமையாக எதிர்த்து பிரச்சாரம் மேற்கொண்டது. இதன் ஒரு கட்டமாக 1957-ஆம் ஆண்டு செப்டம்பர் மாதம் 21-ஆம் தேதி திருவண்ணாமலை நகரில் 'இந்தி எதிர்ப்பு மாநாடு' ஒன்று நடைபெற்றது.

இந்த மாநாட்டில் பேசிய அண்ணா, 'இந்த உலகத்தில் எங்களுக்கு இரண்டு எஜமானர்கள்தான் உண்டு. ஒன்று எங்கள் மனசாட்சி, மற்றது இந்த நாட்டு மக்கள். இவற்றைத் தவிர வேறு எதற்கும் அஞ்ச மாட்டோம்' என்று குறிப்பிட்டார்.

திருவண்ணாமலையில் நடைபெற்ற இந்தி எதிர்ப்பு மாநாட்டுக்குப் பிறகு 1957 அக்டோபர் 13-ஆம் தேதி 'இந்தி திணிப்பு கண்டன நாள்' கூட்டம் தமிழ்நாட்டின் பல பகுதிகளில் நடைபெற்றது. இதனைத் தொடர்ந்து நவம்பர் 27, 28 தேதிகளில் நாகோவிளிலும், இந்தி எதிர்ப்பு மாநாடும், 29-ஆம் தேதி தி.மு.க. பொதுக் குழுவும் கூடியது.

தமிழ்நாட்டில் இந்தித் திணிப்பு எதிராக கிளர்த்தெழுந்த மொழிப் போரை விமர்சித்தும் பேசிய ஜவஹர்லால் நேரு ‘சிறுபிள்ளைத்தனம்’ (Nonsence) என்று குறிப்பிட்டார்.

இதனைக் கண்டித்து தி.மு.க. பிற கட்சிகள் தமிழ்நாட்டுக்கு வரும் நேருவுக்கு எதிராக 1958 ஜனவரி 6ல் கருப்பு கொடி போராட்டம் நடத்தத் தீர்மானித்தனர்.

தி.மு.க. கருப்பு கொடி போராட்டம் நடத்தத் தீர்மானித்த நிலையில் ஜனவரி 3-ஆம் தேதியே அக்கட்சியின் முன்னணி தலைவர்கள் கைது செய்யப்பட்டனர். நேரு வருகைக்கு எதிர்ப்பு தெரிவித்து திருவல்லிக்கேணியில் கூட்டம் நடத்த அனுமதிக் கேட்டபோது அது மறுக்கப்பட்டதோடு மீறி அக்கூட்டத்தில் பேச முயன்ற அண்ணா, கருணாநிதி, இளம்பரிதி, நெடுஞ்செழியன், மதியழகன், என்.வி. நடராசன், ஆசைத்தம்பி, இராம. அரங்கண்ணல் என தி.மு.க.வின் முன்னணித் தலைவர்கள் பலர் கைது செய்யப்பட்டனர்.

கூட்டத்துக்கு திரண்டு வந்த மக்கள் இதனைக் கண்டித்து போராட்டத்தில் ஈடுபட அவர்கள் மீது தாக்குதல் தொடுத்த போலீசார் கூட்டத்தினை கலைக்க கண்ணீர் புகை குண்டு வீசியும் கலைக்க முயன்றனர்.

தலைநகர் சென்னையில் அசாதாரணமான சூழ்நிலை ஏற்பட்டதை அடுத்து மாநிலம் முழுதும் 144 தடை உத்தரவும் பிறப்பிக்கப்பட்டது.

தி.மு.க. நடத்தும் போராட்டங்களில் பங்கேற்பதில் இருந்து திரைப்படக் கலைஞர்களுக்கு விலக்கு அளிக்கப்பட்ட நிலையிலும் அன்றைய பிரபல நடிகர்கள் எம்.ஜி.ராமச்சந்திரன், கே.ஆர். ராமசாமி, எஸ்.எஸ். ராஜேந்திரன், டி.வி. நாராயணசாமி உள்ளிட்டோரும் முன்னெச்சரிக்கை நடவடிக்கைக்காக கைது செய்யப்பட்டனர்.

இத்தனைக் கெடுபிடிகள் இருந்தும் நேரு 1958 ஜனவரி 6-ஆம் நாள் சென்னை வந்தார். அவருக்கு விமானம் நிலையம் தொடங்கி வழியெங்கும் தி.மு.க.வினர் திரளாகக் கூடி கருப்புக் கொடி காட்டினார்கள்.

மக்கள் திரள் எங்கெங்கு கூடியிருந்ததோ அங்கெல்லாம் காவல் துறையினர் கூட்டத்தைக் கலைக்க தடியடியை கொண்டு கலைத் தனர். இதில் தி.மு.கழகத்தினர் மட்டுமல்லாது பாமர மக்கள், தாய் மொழிக்காக நூற்றுக்கணக்கானோர் காயமுற்றனர். இருவர் உயிரிழந்த கோர சம்பவமும் நிகழ்ந்தது.

இந்த பாமர மக்கள் தங்கள் மொழிக்காக குண்டடிப்பட்டு இறந்தவர்கள் பெயர் தெரியாமல் பதிவு செய்யப்படாமலே மொழி வீரர்களாய் மடிந்தார்கள்.

அரசு விதித்த தடையை மீறி ஆர்ப்பாட்டம் செய்ததாக தி.மு.க. முன்னணித் தலைவர்கள் 11 பேர் மீது கோர்ட்டில் ஆஜர்படுத்தப் பட்டு தலைக்கு ரூ.25/- அபராதம் விதித்ததோடு 10 நாட்கள் சிறைத் தண்டனை அனுபவித்தார்கள். அபராதத் தொகை கட்ட மறுத்ததின் பேரில் மேலும் 2 நாட்கள் சிறை தண்டனை பெற்று விடுதலை செய்யப்பட்டார்கள்.

இத்தகைய மொழிப் போர் தமிழகத்தில் ஆட்சிக் கட்டிலில் இருந்த காங்கிரஸ் மீது மக்கள் வெறுப்பு கொள்ளச் செய்தது. தி.மு.க.வின் வளர்ச்சி இன்னும் உக்கிரம் கொண்டது. இதன் விளைவால் அப்போது நடைபெற்ற உள்ளாட்சித் தேர்தலில் தி.மு.க. களத்தில் இறங்கி தனது வேட்பாளர்களை அறிவித்தது.

அன்றைய சென்னை மாநகராட்சியை கைப்பற்றி விட தீவிர பிரச்சாரத்தில் இறங்கினர். 100 இடங்களில் 90 இடங்களில் தி.மு.க. களமிறங்கி தி.மு.க.வின் முன்னணி தலைவர்கள், திரையுலக பிரபலங்கள் மாநகராட்சி தேர்தலில் போட்டியிடும் வேட்பாளர் களுக்கு ஆதரவாக களத்தில் இறக்கினர்.

இதன் எதிரொலியாக 100 இடங்களில் போட்டியிட்ட காங்கிரஸ் 36 இடங்களிலும், 90 இடங்களில் போட்டியிட்ட தி.மு.க. 45 இடங் களிலும், சுயேட்சைகள் 13 இடங்களிலும், கம்யூனிஸ்ட், பிராஜா சோசலிஸ்ட் கட்சி தலா 2 இடங்களிலும் வெற்றி பெற்றனர்.

அதிக இடங்கள் வெற்றிப் பெற்றும் மேயர் பதவிக்கு தேவையான வேட்பாளர்கள் இல்லாததால் தி.மு.க.வின் மூவர் கொண்ட

கருணாநிதி, நெடுஞ்செழியன், என்.வி. நடராஜன் ஆகியோரால் இதர கட்சி தலைவர்களின் ஆதரவுடன் அ.பொ. அரசு என்ற கவுன்சிலர் மேயராக தேர்ந்தெடுக்கப்பட்டார்.

தி.மு.க. மொழிப் போராட்டத்தை கையிலெடுத்து தமிழக மக்கள் ஆதரவைப் பெற்றாலும் அவர்களுக்கிடையே தலைமைப் பதவிக்கும், பொதுச் செயலாளர் பதவிக்கும் போட்டிகள், கோஷ்டி பூசல்கள் ஏற்பட்டது.

1960-ஆம் ஆண்டு ஜூலை மாதத்துடன் பொதுச் செயலாளராக இருந்த நெடுஞ்செழியன் பதவிக்காலம் முடிவடைந்ததால் புதிய பொதுச் செயலாளரை தேர்வு செய்ய வேண்டிய நிலை ஏற்பட்டது. இப்பதவியைக் கைப்பற்ற கருணாநிதி, சம்பத், மதியழகன் ஆகியோர் போட்டியிட்டனர். அவரவர் இதற்கான முயற்சிகளில் இறங்கினர்.

ஈ.வெ.கி. சம்பத் ஒரு புறம் கட்சி விதிமுறைகளில் சீர்திருத்தங்களை கொண்டு வர முயற்சித்தார். சமரச முயற்சிகளும் நடைபெற்றது. ஆயினும் கோஷ்டிகள் ஏற்பட்டு பொதுக் குழுவில் உச்சக்கட்டத்தை எட்டி பதவிப் போட்டியில் தி.மு.க. அல்லாடியது. இறுதியில் சம்பத் கட்சியிலிருந்து விலக்கப்பட்டார்.

தி.மு.க.வில் நடைபெற்ற இந்த உட்கட்சி பூசலின் விளைவாய் ஓரிரண்டு மாதங்களில் சம்பத் 'தமிழ் தேசியக் கட்சி' என்ற பெயரில் அவரது தலைமையில் புதிய கட்சி உதயமானது.

இத்தகைய உட்கட்சி பூசலால் தி.மு.க. இரண்டாக மாறி மொழிப் போர் கிடப்பில் போடப்பட்டது. இதன் விளைவு மீண்டும் காங்கிரஸ் ஆட்சியைப் பிடிக்க வழிகோலியது.

1962ல் தமிழக சட்டமன்றத்துக்கான பொதுத் தேர்தல் வந்தது. 206 இடங்களில் காங்கிரஸ் 139 இடங்களிலும் வெற்றி பெற்று ஆட்சியை பிடித்தது. தி.மு.க. சார்பில் நாடாளுமன்றத்துக்கு 18 வேட்பாளர் களும் சட்டசபை தேர்தலில் 142 வேட்பாளர்களும் போட்டியினர்.

கடந்த 1957 தேர்தலில் 18 இடங்களைப் பெற்றிருந்த தி.மு.க. இந்தத் தேர்தலில் 50 தொகுதிகளை கைப்பற்றியது; எதிர்க்கட்சியானது.

பாராளுமன்றத்துக்கு போட்டியிட்ட 18 வேட்பாளர்களில் 8 பேர் தேர்ந்தெடுக்கப்பட்டனர். சட்டசபைக்கு காமராஜர் முதல்வராகத் தேர்ந்தெடுக்கப்பட்டார். அமைச்சரவையில் எட்டு பேர் இடம் பெற்றனர். எதிர்க்கட்சித் தலைவராக நெடுஞ்செழியனும், துணைத் தலைவராக மு. கருணாநிதியும் தேர்ந்தெடுக்கப்பட்டனர்.

காஞ்சிபுரம் தொகுதியில் போட்டியிட்டு தோற்ற அண்ணா தி.மு.க. சட்டமன்ற உறுப்பினர்களால் தேர்வு செய்யப்பட்டு நாடாளுமன்ற மாநிலங்களவை உறுப்பினராகத் தேர்ந்தெடுக்கப்பட்டார்.

நாடாளுமன்றத்தில் நுழைந்த தி.மு.க. தலைவர் அண்ணா தன் நாடாளுமன்ற கன்னி பேச்சினால் திராவிட நாடு பிரிவினையை சுட்டிக் காட்டினார். 'நான் திராவிட இனவழி வந்தவன்.' நான் என்னை திராவிடன் என்று சொல்லிக் கொள்வதில் பெருமை கொள்கிறேன்" என்றதோடு தமிழ்நாட்டின் பிரச்சினைகள், தேசிய பிரச்சினைகள் அதில் தி.மு.க.வின் நிலைப்பாடு என பல்வேறு விஷயங்களை தனக்கே உரிய ஆங்கிலப் புலமையோடு பேசி அனைவரையும் ஈர்த்தார்.

முதல் நாள் அவையில் இல்லாத நேரு மறுநாள் வந்து அண்ணாவுக்கு பதிலளித்தார். "ஏற்கனவே ஒரு பிரிவினையை (பாகிஸ்தான்) நடந்தது போதும்; இனியும் ஒரு பிரிவினைக்கு சம்மதிக்க மாட்டோம். தற்போது சீன தேசத்தால் ஆபத்து ஏற்பட்டிருக்கும் சூழலில் ஒட்டுமொத்த தேசமும் மத்திய அரசுக்கு ஆதரவு கரம் நீட்ட வேண்டும்" என்று வேண்டுகோள் விடுத்தார்.

இது சம்மந்தமாக தி.மு.க.வும் ஆலோசனை செய்து 'திராவிட நாடு' என்ற பிரிவினை கோஷத்தை கை விடுவது என்று தீர்மானித்தனர். இது தொடர்பாக கருத்து தெரிவித்த அண்ணா, 'வீடு இருந்தால் தானே ஓடு மாற்ற முடியும்?' என்றதோடு சீனாவின் போருக்கு எதிராக இந்தியாவுக்கு வலுசேர்க்க யுத்த நிதி வழங்கவும் முன் கை எடுத்தனர். இதனை காங்கிரஸ் தலைவர்களும் வரவேற்றனர்.

தமிழ்நாட்டில் திராவிடநாடு கோரிக்கை வடநாட்டில் 'நாக நாடு' எனும் தனிநாடு கோரிக்கை இவற்றுக்கு முற்றுப்புள்ளி வைக்க எண்ணிய மத்திய அரசு, இந்தியாவில் இனி எந்தப் பகுதியிலும்

பிரிவினைக் கோரக் கூடாது என்ற சட்டத் திருத்தத்தை கொண்டுவர முயற்சித்தது.

இந்த குழுவில் தேசிய ஒருமைப்பாட்டுக் குழுவினர் செய்த பரிந்துரையின் அடிப்படையில் தாக்கல் செய்யப்பட்ட மசோதாவில் பல்வேறு திருத்தங்கள் செய்து வெளியானது. அதில் 'இந்தியாவை பிரிக்க வேண்டும் என்றோ, தனி நாடு என்று எவரேனும் கோஷம் எழுப்பினால் அவர்கள் மீது பிரிவினைத் தடைச் சட்டம் பாயும், பிரிவினை கோருகிற இயக்கம் சட்டவிரோத இயக்கம் என்றும், அந்த இயக்கம் தேர்தலில் சட்டமன்றத்திலோ, நாடாளுமன்றத் திலோ நிற்க தடை விதிக்கப்படும். அப்படி போட்டியிடுகின்ற வேட்பாளர்கள் தேசிய ஒருமைப்பாட்டில் நம்பிக்கை வைப்பதாக உறுதி மொழியும் ஏற்க வேண்டும்' என பல்வேறு நிபந்தனைகளுடன் சட்டம் இயற்றியது.

இதற்கு தி.மு.க.வும், "தமிழகம், ஆந்திரம், கேரளம், கர்நாடகம் ஆகிய நான்கு மொழிவழி மாநிலங்களுக்கும் இந்திய அரசுரிமை, ஒருமுகத் தன்மை, அரசியலமைப்புச் சட்டம் ஆகியவற்றுக்குள் இயன்ற அளவு கூடுதலான அதிகாரங்களைப் பெற்று, நெருங்கிய திராவிடக் கூட்டமைப்பாக இயங்குவது" என்ற திருத்தத்துடன் மத்திய அரசு சட்டம் நிறைவேற்றப்பட்டது.

ஆயினும் தென்னகத்தைச் சேர்ந்த தமிழ்நாடு தவிர பிற மாநிலங்கள் மத்திய அரசின் போக்குக்கு ஏற்றவாறு தங்களை தகவமைத்துக் கொண்டது.

இந்தக் காலக்கட்டத்தில்தான் ஆட்சி மொழி மசோதாவும் தாக்கல் செய்தது. அன்றைய மத்திய அரசின் உள்துறை அமைச்சராகப் பொறுப்பு வகித்த லால்பகதூர் சாஸ்திரி, 1963-ஆம் ஆண்டு ஏப்ரல் மாதம் 13ஆம் தேதி நாடாளுமன்றத்தில் தாக்கல் செய்தார்.

இந்த மசோதாவில் "1965 ஆம் ஆண்டு ஜனவரி 26-ஆம் தேதி முதல் இந்தி மொழி மட்டுமே இந்தியாவின் ஆட்சி மொழியாகும். இந்தி மொழிக்கு துணையாக ஆங்கிலத்தை பயன்படுத்தலாம். பின்னர் ஜனாதிபதி ஒப்புதலுடன் அரசினர் வெளியிடும் இந்தி மொழி

பெயர்ப்பு, மத்திய அரசுச் சட்டங்கள், ஆணைகள், கட்டளைகள், நெறிகள், துணைச் சட்டங்கள் என மாநில அரசுகளுக்கும் பொருந்தும்" என்றது.

மேலும் மாநில அரசுகளால் நிறைவேற்றப்படும் சட்டங்கள், ஆணைகள், கட்டளைகள் மாநில அரசுகளின் ஏட்டில் இந்தியில் மொழி பெயர்த்து, மாநில கவர்னர் அனுமதியுடன் வெளியிட்டால் அவை அதிகார பூர்வமாகும் என்று இந்த மசோதாவின் ஷரத்துகள் கூறின.

இந்த மசோதாவைக் கண்டித்து 1963-ஆம் ஆண்டு ஏப்ரல் மாதம் 26ஆம் தேதி சென்னை மெரினா கடற்கரையில் தி.மு.க. சார்பில் அனைத்துக் கட்சிக் கூட்டம் நடந்தது. இதில் பங்கேற்ற பல்வேறு அரசியல் கட்சித் தலைவர்களும், கட்டாய இந்தித் திணிப்புக் கூடாது, இந்த மசோதாவை திரும்பப் பெற வேண்டும் என்று வலியுறுத்திப் பேசினார்கள்.

இதில் இறுதியாக பேசிய அண்ணா, 'இந்திய அரசியல் சட்டத்தில் கண்டுள்ள பதினான்கு மொழிகளும் ஆட்சி மொழியாவதற்கு தகுதி வாய்ந்தவை, மத்திய அரசு கொண்டு வந்துள்ள ஆட்சி மொழி மசோதாவை திரும்பப் பெற வேண்டும்' என வலியுறுத்தினார்.

ஆயினும், ஆட்சி மொழி மசோதாவும் நாடாளுமன்ற இரு அவை களிலும் நிறைவேறியது. தமிழகம் தவிர பிற மாநிலங்கள் இதற்கு ஆதரவளித்தன.

இதற்கு தி.மு.க. கடும் எதிர்ப்பை கிளப்பியதுடன் இதற்கு எதிராக தமிழக மக்கள் கிளர்ச்சியில் ஈடுபட வேண்டும் என்ற வேண்டு கோளையும் விடுத்தார். போராடவும் தூண்டினார்.

■

12. 2-ஆம் கட்ட இந்தி எதிர்ப்புப் போர்

தமிழ்மொழி என்பது இரண்டாயிரம் ஆண்டுக்கு முற்பட்டது. தமிழர்கள் தம் இனத்துக்காக, அதன் வளர்ச்சிக்காக மாபெரும் இலக்கியங்களை, நாவல்களை, பாடல்களை, பாடிச் சுவைத்து மகிழ்ந்தவர்கள்.

'தமிழ் எங்கள் உயிருக்கு நேர்' என்ற பாடிக் களித்தார் பாரதிதாசன். அவருக்கு முன்னே அவரது ஆசான், 'வேதம் நிறைந்த தமிழ்நாடு உயர் வீரம் செறிந்த தமிழ்நாடு' என தமிழுக்கு, தமிழ் மக்களிடத்திலும் வீரத்தை விதைத்தார்கள்.

தமிழ் மொழி என்பது வானம் அனைத்தும் அளந்திடும்; ஏழ்கடல் வைப்பினும் தன் மணம் வீசி இசை கொண்டு வாழ்ந்தது.

தமிழர் சாதி தடியுதை கண்டும், காலுதை கண்டும், கயிற்றடி பட்டும், வருந்திடச் செய்தாலும் மாய்ந்திடச் செய்தாலும் தங்கள் மொழியைக் காக்க களம் புகுந்தனர், அதில் வெற்றியும் பெற்றனர்.

இப்படி அடிப்பட்டு உதைப்பட்டு கிடந்தாலும் மொழிக்காக தங்களை நெருப்பாற்றில் நீந்திக் கடந்து வாழ்ந்து நின்ற தமிழ்நாடு

மீது இத்தகைய மொழிப் போரினை மத்திய அரசு தொடுத்ததை வெகுண்டு எழுந்து போராடத் துணிந்தனர்.

மத்திய அரசின் ஆட்சி சட்டத்திற்கு எதிராக போராட்டக் களம் காணுவோர் பட்டியலை தி.மு.க. செயற்குழு, பொதுக்குழு தயாரித்து அண்ணாவிடம் 1963-ஆம் ஆண்டு அளித்தது. அந்தப் பட்டியலை பெற்றுக் கொண்ட அவர், சென்னை நுங்கம்பாக்கம் பகுதியில் இந்தி எதிர்ப்பு மாநாடு ஒன்றைக் கூட்டினார்.

அதில் "இந்தி எதிர்ப்புப் போராட்டத்தின் முதல் கட்டமாக அரசியல் சட்டத்தில் உள்ள மொழிப் பிரிவான 17வது விதியை பகிரங்க அறிவித்து விட்டு பொது இடத்தில் அச்சட்டத்தின் நகலை கொளுத்துகிற நிகழ்ச்சியில் நானே முதலில் அந்தக் காரியத்தை செய்வேன்" என அண்ணா அறிவித்தார்.

அதன்படி, ராயபுரம் அறிவகம் பகுதியிலிருந்து அண்ணா தலைமை யில் 5 பேர் ஊர்வலமாகச் சென்று மாலை 4 மணி அளவில் கடற்கரைக்குச் சென்று நகலை எரிப்பது என்றும், இந்தக் குழுவில் அண்ணா, டி.எம். பார்த்தசாரதி, டி.கே. பொன்னுவேலு, வி. வெங்கா, கே.பி. சுந்தரம் ஆகிய ஐவர் இடம் பெற்றனர்.

இப்படி போராட்ட அறிவிப்பில் இடம் பெற்ற அண்ணா உள்ளிட்ட தி.மு.க.வினரை போலீசார் கைது செய்து சிறையில் அடைத்தனர். உடன் இருந்த ஆறு பேருக்கும் 6 மாத கடுங்காவல் தண்டனை விதிக்கப்பட்டது.

மத்திய அரசு கொண்டு வந்துள்ள சட்டப்படி 1965-ஆம் ஆண்டு ஜனவரி மாதம் 25-ஆம் தேதி இந்தி ஆட்சி மொழி எனும் உரிமை யைப் பெற்றது.

இதனை அடுத்து தொடர்ந்து தி.மு.க.வினர், மொழிப் பற்றாளர்கள், மாணவர்கள், பாமரர் முதல் பண்டிதர் வரை போராட்டம், மத்திய அரசு அலுவலகங்களுக்கு எதிராக ஆர்ப்பாட்டம், வேலை நிறுத்தம் என மத்திய அரசு கொண்டு வந்துள்ள சட்டத்தினை எதிர்த்து 1965-ஆம் ஆண்டு ஜனவரி மாதம் 25ஆம் தேதி வரை தொடர்ந்தனர்.

1930களில் இந்தி எதிர்ப்பை எதிர்த்து உயிர் நீத்த தாளமுத்து - நடராஜன் வழியில் 1965ல் உயிர் பலிகள் நிகழ்ந்தன. அது மீண்டும் உயிர் பெற்றது.

1965-ஆம் ஆண்டு 25ஆம் தேதி திருச்சி மாவட்டம் கீழ்ப்பாவூர் கிராமத்தைச் சேர்ந்த சின்னசாமி பெட்ரோல் ஊற்றி தீக்குளித்து மாண்டு போனார்.

அதேபோல் ஜனவரி 26-ஆம் தேதி சென்னை கோடம்பாக்கத்தைச் சேர்ந்த சிவலிங்கம் மற்றும் விருகம்பாக்ம் அரங்கநாதன் தீக்கு இரையாகினர். திருச்சி மாவட்டம் ஐய்யம்பாளையம் கிராமத்தைச் சேர்ந்த தலைமை ஆசிரியர் வீரப்பன், கோவை சத்தியமங்கலம் விவசாயி முத்து, மாயவரம் கல்லூரி மாணவன் சாரங்கபாணி என்ற மாணவர், இளைஞர் பெருமக்கள் மொழி எதிர்ப்புப் போரில் குதித்து தங்களை தீக்கிரையாக்கிக் கொண்டனர்.

தமிழகத்தில் பள்ளி, கல்லூரி மாணவர்கள், பொது மக்கள் என திரண்டெழுந்து இந்தப் போராட்ட, ஆர்ப்பாட்ட, ஊர்வலக் களத்தில் களமிறங்கினர். அப்போதைய முதல்வர் பக்தவத்சலம் போராட்டத்தை அடக்க கடுமையான நடவடிக்கைகளை எடுத்தது. முதலில் காவலர்கள், பின்பு ராணுவம், மலபார் போலீஸ் படை துணையுடன் கலவரத்தை கட்டுப்படுத்தவும் செய்தார்.

கலவரக்காரர்களை கண்டவுடன் சுடவும் அரசு உத்தரவு பிறப்பித்தது. இந்தச் சூழலில்தான் மத்திய அமைச்சர் பிரதமர் நேருவின், "உறுதி மொழி சட்டத்திலிருந்தாலும் இல்லாவிட்டாலும் அது காப்பாற்றப்படும். இந்தி மொழி பேசாத மக்கள் விரும்பும்வரை ஆங்கிலமே நீடிக்கும். இதற்கு அரசியல் சட்டம் தடையாக இல்லை. ஆகவே தென்னக மக்கள் குறிப்பாக மாணவர்கள் போராட்டத்தை கை விட்டு நாட்டில் அமைதி நிலவ ஒத்துழைப்புத் தர வேண்டும்" என வேண்டுகோள் விடுத்தார்.

ஆனாலும் மத்திய அரசின் முடிவு கிடைக்கும்வரை போராடுவோம் என மாணவர்கள் முடிவெடுத்து போராட்டத்தை தொடர்ந்தபோது மீண்டும் அண்ணா மாணவர் பிரதிநிதிகளை அழைத்து, 'இந்தி

ஆதிக்கத்தை தடுக்க தானும் தனது கட்சியும் பொறுப்பு ஏற்றுக் கொள்வதாக' வாக்களித்து இதனை முடிவுக்கு கொண்டு வந்தார்.

இந்திப் போராட்டம் தமிழ் மொழி மீது கொண்டுள்ள பற்றினையும், கொள்கை பிடிப்பினையும், அதன் செழுமையையும் வளர்க்கும் நோக்கம் விரிவடைந்து தமிழ் மொழி இலக்கியங்கள், கலைச் செல்வங்கள் மீண்டும் புத்துயிர் பெற்று செழித்தோங்கின.

■

13. காங்கிரஸ் வீழ்ச்சியும் தி.மு.க. எழுச்சியும்

அறுபதுகளில் தி.மு.க. வளர்ச்சிப் பாதையில் சென்றுக் கொண்டிருந்த அதே வேளையில் அப்போது ஆட்சிக் கட்சியாக இருந்த காங்கிரஸ், தமிழகத்தில் கொஞ்சம் கொஞ்சமாக தன் செல்வாக்கை இழக்கத் தொடங்கியது.

தி.மு.க. தரப்பின் போராட்டங்களை ஆர்ப்பாட்டங்களை, அவர் களின் பிரச்சார யுக்திகளை கேலியும், கிண்டலும் செய்தார்களே தவிர அதை முறியடிப்பதற்கோ, காங்கிரஸ் ஆட்சியின் செயல்பாடு களை மக்களிடம் கொண்டு செல்வதற்கோ அவர்கள் பெரிய அளவில் எந்த முயற்சியும் மேற்கொள்ளவில்லை.

அன்றைய காலகட்டத்தில் காங்கிரஸ் எம்.பி., எம்.எல்.ஏ.க்களாக இருந்தோரும், கட்சியின் முக்கியப் பொறுப்புகளில் இருந்த பெரும்பாலோரும் வசதி படைத்தவர்களாக, பெருந்தனக்காரர் களாக, நிலச்சுவான்தாரர்களாக இருந்ததால் அவர்கள் தெருக்களில் வந்து மக்களைச் சந்திக்கவோ, எதார்த்த கள நிலவரங்களை தெரிந்து கொள்ளவோ விரும்பவில்லை. அதன் விளைவுதான் காங்கிரஸின் வீழ்ச்சிக்கு வழிவகுத்தது.

இதன் விளைவு இதுநாள் வரை காங்கிரஸ் தமிழகத்தைப் பொறுத்தவரை எழவே இல்லை.

காங்கிரஸின் காமராஜின் 'கே.பிளான்' காங்கிரசை வளர்ச்சிப் பாதையில் செல்வதாக கூறி முதலமைச்சர் பதவியைத் துறந்தனர். இதன் விளைவு ஆதாயம் காமராஜ் காங்கிரஸில் பொதுச் செயலாளர் ஆனதுதான் மிச்சம்.

இந்தக் காலக்கட்டத்தில்தான் இந்தியாவில் காஷ்மீர் பிரச்சனை நேருவுக்கு நெருக்கடியைத் தந்தது. இதற்குத் தீர்வாக நேரு தன் உடல்நிலையையும் பொருட்படுத்தாமல் 'காஷ்மீரத்து சிங்கம்' என்றழைக்கப்பட்ட ஷேக் அப்துல்லாவுடன் பல முறை பேச்சு வார்த்தை நடத்தியும் முடிவு எட்டப்படவில்லை.

இதன்பின் நேருவும் அமரரானார். மாபெரும் தலைவரான இந்தியாவை வளர்ச்சிப் பாதை கொண்டு சென்றவரின் மரணம் இந்தியாவின் எதிர்காலம் கேள்விக்குறியானது. நாட்டின் எதிர்காலம் என்னவாகும் என்று அரசியல் விமர்சகர்கள், பத்திரிகையாளர்கள் எழுதத் தொடங்கினர்.

அடுத்த பிரதமர் யார்? என்ற கேள்வி எழுந்தது. காமராஜ் தனது அரசியல் சாதூரியத்தால் மிக சாமர்த்தியமாக காய் நகர்த்தினார். அன்றைய தினம் யார் பிரதமர் என்ற பதவிக்கான போட்டியில் மொராஜி தேசாய், லால் பகதூர் சாஸ்திரி, இந்திரா காந்தி உள்ளிட்டோர் பட்டியலில் இருந்தனர்.

காமராஜர், லால்பகதூர் சாஸ்திரியை பிரதமர் பதவிக்கு முன்னிறுத்தினார். அப்போதுதான் 'கிங்மேக்கர்' என்ற பட்டம் காமராஜரை தேடி வந்தது. காமராஜர் தேர்வு செய்த லால்பகதூர் சாஸ்திரி 1964-ஆம் ஆண்டு ஜூலை மாதம் 2-ஆம் தேதி பிரதமராக பொறுப்பேற்றார்.

அடுத்தடுத்து தமிழகத்தில் அரசியல்வாதிகள், அரசியலில் பெரும் மாற்றங்கள் நிகழ்ந்தது.

1961 கட்சி தனிக்கட்சி தொடங்கி செயல்பட்டு வந்த ஈ.வெ.கி. சம்பத் காங்கிரஸில் இணைந்து செயல்பட்டு வந்த பின்னர் தனிக் கட்சி நடத்த முடியாத அளவுக்கு நெருக்கடி ஏற்பட்டதைத்

தொடர்ந்து மீண்டும் திராவிட அரசியலுக்கு போக மனமின்றி தேசிய நதியில் சங்கமம் ஆனார். அவருக்கு ஆதரவாக நின்ற கண்ணதாசன், எழுத்தாளர் ஜெயகாந்தன் போன்றோர் தி.மு.க.வை எதிர்த்து கூட்டங்களில் முழங்கினாலும் அது விழலுக்கு இரைத்த நீராயின.

அதேபோல் 1952ல் பொதுத் தேர்தலில் நின்று எதிர்க்கட்சியான கம்யூனிஸ்ட் கட்சியும் அடுத்தடுத்து தங்களது செல்வாக்கை இழக்கத் தொடங்கியது.

இந்தியா மீது சீனா எல்லை போர் தொடங்கிய நிலையில் இதனை ஆதரித்தும், எதிர்த்தும் கம்யூனிஸ்ட் கட்சித் தலைவர்களிடையே கருத்து வேறுபாடுகள் ஏற்பட்டு இரண்டாக வலது - இடது என கம்யூனிஸ்ட் இரண்டானது.

இது சர்வதேச அளவில் ரஷ்ய கம்யூனிஸ்ட் கட்சிக்கும் சீன கம்யூனிஸ்ட் கட்சிக்கும் இடையே யார் பெரியவர்? என்ற ஈ.கோ தலை தூக்கியது. இதன் விளைவே கம்யூனிஸ்ட் கட்சி இரண்டாக பிரிய காரணி ஆனது. இந்தச் சூழ்நிலையில் தான் 1964ல் தர்மபுரி இடைத்தேர்தல் வந்தது.

இந்நிலையில் ஆளும் கட்சியான காங்கிரஸ் கட்சிக்கு மக்களின் ஆதரவு தொடர்ந்து இருப்பதை உறுதி செய்ய வேண்டிய கட்டாயம் இருந்தது. தமிழகத்தில் இந்தி எதிர்ப்புப் பிரச்சினையில் மக்களின் கடும் கோபத்திற்கும் ஆளாகியுள்ள காங்கிரசை வீழ்த்துவது எளிது என்ற களம் கண்ட தி.மு.க. அடுத்து தேர்தல் வியூகம் அமைத்து இரண்டாகப் பிளந்த மார்க்ஸிட் கட்சி (இடது)யுடனும் ராஜாஜியின் சுதந்திரா கட்சியுடனும் பேச்சு வார்த்தை நடத்தி களம் கண்டனர்.

காங்கிரஸ் கட்சிக்கு காமராஜர் உள்ளிட்டத் தலைவர்கள், அமைச்சர்கள் தீவிர பிரச்சாரத்தில் ஈடுபட்டனர்.

தி.மு.க. வேட்பாளர்களை ஆதரித்து தி.மு.க. தலைவர்களும் திரை நட்சத்திரங்களும் பிரச்சாரத்தில் ஈடுபட்டனர். முன்பு நடைபெற்ற செய்யாறு, இடைத்தேர்தல் வெற்றி போல தர்மபுரியிலும் தி.மு.க. வெற்றி பெறும் என எண்ணிய தி.மு.க. 15 ஆயிரம் வாக்குகள் வித்தியாசத்தில் தர்மபுரியில் தோல்வியைத் தழுவியது.

தர்மபுரி இடைத்தேர்தல் வெற்றி காங்கிரஸ் கட்சியினருக்கு பெரும் உற்சாகத்தைத் தந்தது. தி.மு.க.வை மக்கள் புறக்கணித்து விட்டனர் என அவர்கள் (காங்கிரசார்) பேசத் தொடங்கினர்.

இந்தி மொழி எதிர்ப்பு போராட்டத்தின் மூலம் காங்கிரஸ் எதிரான மக்களின் மனநிலை மாறியிருக்கும் எளிதில் வெற்றியை பெற்று விடலாம் என்று எண்ணிய தி.மு.க.வுக்கு தோல்வி அதிர்வை ஏற்படுத்தினாலும் இன்னும் வேகத்தோடும், விவேகத்தோடும் செயலாற்றினர்.

இந்த நேரத்தில் அகில இந்திய கட்சிக்கு ஒரு புதிய நெருக்கடி ஏற்பட்டது. இந்தியாவிலிருந்து பிரிந்து சென்ற பாகிஸ்தான் இந்தியா வுக்குள் ஊடுருவி ராணுவ வீரர்கள் மீது தாக்குதலை தொடுத்தது.

இந்தியா - பாகிஸ்தான் போர் உச்சகட்டம் அடைந்தபோது ரஷ்ய தலையிட்டு அமைதி பேச்சு நடைபெற்றது. இந்தப் பேச்சுவார்த்தை பிரதமர் லால்பகதூர் சாஸ்திரி, ஒய்.பி.சவான், ஸ்வரன்சிங், பாகிஸ்தான் பிரதமர் அயூப்கான், வெளியுறவுத் துறை அமைச்சர் ஜூல்பிகர் அலி பூட்டோ கலந்து கொண்டு பேச்சு வார்த்தை நடத்தி உடன்பாடு கண்டனர்.

1966-ஆம் ஆண்டு ஜனவரி மாதம் உடன்பாடு கையெழுத்தான அன்று இரவு நெஞ்சு வலி காரணமாய் லால்பகதூர் சாஸ்திரி காலமானார். நேரு மறைந்த போது இடைக்கால பிரதமராக இருந்த குல்சாரிலால் நந்தா மீண்டும் இடைக்காலப் பிரதமராய் பொறுப்பு ஏற்றார்.

மீண்டும் இந்தியாவின் பிரதமர் யார்? என்ற நிலை உருவானது. காமராஜரின் மேல் பொறுப்பு விழுந்தது. பொறுப்புடன் நிதானத் துடன் காங்கிரஸ் மூத்த தலைவர்களுடன் விவாதித்து முடிவில் நேருவின் மகள் இந்திரா காந்தியை தேர்ந்தெடுத்தார்.

நேருவின் குடும்ப வாரிசு, மக்களால் நன்கு அறியப்பட்டவர், நன்மதிப்பைப் பெற்றவர், அனுபவமும் பெற்ற 48 வயதான இந்திரா காந்தியே பிரதமர் பொறுப்பை ஏற்கத் தக்கவர் என்ற காமராஜரின் நிலை பெரும்பாலான தலைவர்கள் ஏற்றுக் கொண்டனர். இதனை எதிர்த்து மொரார்ஜி தேசாய் களத்தில் இறங்கினார். தேர்தல்

நடந்தது. தேர்தலில் இந்திரா காந்தியே பெரும்பாலான வாக்குகள் பெற்று வென்றார்.

காமராஜர், இந்திராவை தமிழகத்துக்கு அழைத்து வந்து தொழிற் சாலைகளை திறந்து வைத்ததுடன் மெரினா கடற்கரையில் பிரம்மாண்ட கூட்டமும் நடத்தினர். இது காங்கிரஸ் கட்சியினருக்கு புத்துணர்வைத் தந்தது. இக்கூட்டத்திற்கு பிறகு 1967 பொதுத் தேர்தலுக்கு சந்திக்கவும் வியூகம் வகுத்தனர்.

தமிழகத்தில் அப்போது கடுமையான அரிசி பஞ்சம், ரேசன் கடைகள், வீட்டு உபயோகப் பொருட்கள் தட்டுப்பாடு, மக்கள் நீண்ட வரிசையில் நின்று காத்திருந்து பொருட்களைப் பெற்றனர். மக்கள் காங்கிரஸ் மீதும் அப்போது முதல்வராக இருந்த பக்தவத்சலத்தின் மீது கடும் கோபம் கொண்டனர்.

இந்தக் கோபத்தை பயன்படுத்திக் கொண்ட தி.மு.க. காங்கிரஸ் எதிரான பிரச்சாரத்தை தொடர்ந்தனர். காங்கிரசுக்கு எதிரான அத்தனை தகிடுத் தத்தங்களை பயன்படுத்தி பிரச்சாரங்களை மேற்கொண்டனர்.

ஒரு பக்கம் காங்கிரசை பலவீனப்படுத்த தங்களது நளினமான வார்த்தை ஜாலங்களை கொண்டும், தி.மு.க.வை பலப்படுத்தி, காங்கிரசை தனித்து வீழ்த்த முடியாது என்பதால் ‘67ல் தேர்தல் கூட்டணி’ அமைத்திட அண்ணா முடிவெடுத்தார். அதற்கான முனைப்பை கையெடுத்தனர்.

இதனைத் தொடர்ந்து ராஜாஜியின் சுதந்திரக் கட்சி, மார்க்ஸிஸ்ட், காயிதே மில்லத் தலைமையிலான இந்திய யூனியன் முஸ்லீம் லீக், மா.பொ.சி.யின் தமிழரசுக் கழகம், சி.ப. ஆதித்தனார், நாம் தமிழர் இயக்கம், பிரஜா சோசலிஸ்ட் உள்ளிட்ட ஒன்றிணைந்த கூட்டணி அமைத்து தேர்தலில் களம் கண்டார் அண்ணா.

தேர்தல் களம் சூடு பிடித்தது. இந்நிலையில் பரங்கிமலை தொகுதி யில் நடிகர் எம்.ஜி.ஆர்., எம்.ஆர். ராதாவால் சுடப்பட்டார். ஆபத்தான நிலையில் மருத்துவமனையில் அனுமதிக்கப்பட்டார். எம்.ஜி.ஆர். ரசிகர்கள் கொதிப்படைந்தனர். பின் உயிர் பிழைத்த எம்.ஜி.ஆர். கழுத்தில் கட்டுடன் இருக்கும் படம் சுவரொட்டிகளாக

தமிழகம் முழுதும் ஒட்டப்பட்டு தி.மு.க.வுக்கு ஆதரவாக களத்தில் இறங்கினர். இந்தப் பிரச்சாரத்தின் மூலமே தி.மு.க. அமோக வெற்றிக் கண்டது.

இதனை அண்ணாவே ஒப்புக் கொண்டார். 'இந்த வெற்றிக்கு காரணமானவர் எம்.ஜி.ஆர். மருத்துவமனையில் இருக்கிறார். அவரை முதலில் வாழ்த்துச் சொல்லி விட்டு வாருங்கள்' என வெற்றி பெற்ற வேட்பாளர்களுக்கு செய்தி அனுப்பினார்.

சட்டமன்றத்தில் 138 இடங்களிலும், நாடாளுமன்றத்தில் போட்டி யிட்டு 25 தொகுதிகளிலும் வெற்றி பெற்று சாதனைப் படைத்தது.

நாடாளுமன்றத்திற்குப் போட்டியிட்டு வென்ற அண்ணா தனது எம்.பி. பதவியை ராஜினாமா செய்து விட்டு 1967-ஆம் ஆண்டு மார்ச் 6-ஆம் தேதி முதல்வராகப் பொறுப்பேற்றார்.

இந்தத் தேர்தலில் காமராஜர் தோல்வி அடைந்தார். இது குறித்து அண்ணா தனது சகாக்களிடம் பேசும்போது, "மக்களுக்கு எவ்வளவோ நன்மை செய்த காமராஜரையே மக்கள் தூக்கி எறிந்து விட்டார்கள். நாம் எம்மாத்திரம், எனவே மிகுந்த எச்சரிக்கையோடு செயல்பட வேண்டும்" என்று குறிப்பிட்டார். இது அரசியல் உலகில் கவனிக்கத்தக்கது.

மேலும் காங்கிரஸ் கட்சிக்கு ஆதரவாக தி.மு.க.வை கடுமையாக விமர்சித்த தி.க. தலைவர் பெரியாருக்கு 'இந்த ஆட்சி சமர்ப்பணம்' என்று அறிவித்து அவரிடம் ஆசீர்வாதம் பெற்றார்.

தி.மு.க. சட்டசபையில் தி.க.வின் கனவான, தமிழறிஞர்களின் வேண்டுகோளான சென்னை மாகாணம் 'தமிழ்நாடு' எனப் பெயர் சூட்டப்பட்டு ஏகமனதாக சட்டசபையில் நிறைவேற்றப்பட்டது.

சுயமரியாதை திருமணச் சட்டம், பேருந்துகள் அரசுடைமை, ஒரு படி அரிசி திட்டம், இருமொழிக் கொள்கை சட்டம் என்ற பல்வேறு திட்டங்களையும், சட்டங்களையும் கொண்டு வந்து இரண்டாண்டுகள் மக்களின் நன்மதிப்பினை பெற்ற அண்ணா பதவி யேற்ற இரண்டு ஆண்டுகளில் 1969 பிப்ரவரி 3-ல் காலமானார்.

■

14. கலைஞர் தலைமையில்

அண்ணா மறைவுக்குப் பின் யார் அடுத்த தமிழக முதல்வர் என்ற பிரச்சனை எழுந்தது. அண்ணாவுக்கு அடுத்த நிலையில் இருந்த நெடுஞ்செழியனே பொறுப்பேற்க வேண்டும் என்று உயர்மட்ட தலைவர்கள் எண்ணியும், ஆனால் மாவட்ட, நகர, ஒன்றிய, பேரூராட்சி கழக நிர்வாகிகள், அடிமட்டத் தொண்டர்கள் காங்கிரஸை எதிர்த்து அரசியலை நடத்தி வெற்றி கண்ட கருணாநிதியே முதல்வராகவும், கட்சி பொறுப்பையும் ஏற்க வேண்டும் என்று விரும்பினர்.

இந்நிலையில் எம்.ஜி.ஆர். உள்ளிட்ட கட்சியின் முக்கிய நிர்வாகிகள் ஒத்துழைப்போடு கருணாநிதி முதல்வராக தேர்ந்தெடுக்கப் பட்டார். எம்.ஜி.ஆர். தான் தன்னை முதலமைச்சர் ஆக்கினர் என்று கருணாநிதி பல முறை கூறியுள்ளார்.

கருணாநிதி தலைமையிலான ஆட்சியில்தான் கை ரிக்ஷா ஒழிப்பு திட்டம், நில உச்சவரம்பு சட்டம், பெண்களுக்கு சொத்துரிமை, அனைத்து சாதியினரும் அர்ச்சகர் ஆகலாம், பிச்சைக்காரர் மறுவாழ்வு திட்டம், கண்ணொலி வழங்கும் திட்டம் என பல்வேறு திட்டங்கள் தீட்டி தமிழகத்தை வளர்ச்சிப் பாதையில் கொண்டு

சென்றார்.

இந்த காலகட்டத்தில் தான் மத்தியில் காங்கிரஸ் பிளவுண்டது. இந்திராவுக்கு எதிராக மொரார்ஜிதேசாய், சரன்சிங், நிஜலிங்கப்பா, காமராஜர் போன்றோர் போர்க்கொடி தூக்கினர். பின் இவர்கள் ஒன்றிணைந்து கட்சி கட்டுப்பாட்டை இந்திரா காந்தி மீறி விட்டதாக கூறி அவரை கட்சியை விட்டு நீக்கினர்.

காங்கிரஸ் கட்சி 'சிண்டிகேட்', 'இண்டிகேட்' என இரண்டானது. இந்த விவகாரம் தேர்தல் ஆணையத்துக்கு சென்றபோது அதிக எம்.பி., எம்.எல்.ஏ.க்கள் மற்றும் நிர்வாகிகள் இந்திரா காந்தி பின்னணியில் இருப்பதால் இந்திரா தலைமையிலான குழுவே உண்மையான தேசியக் காங்கிரஸ் என அறிவித்து இருவருக்கும் தனித் தனிச் சின்னங்கள் தந்தது.

இந்திரா ஆட்சியில் 'நெருக்கடி நிலை' பிரகடனப்படுத்தப்பட்டது. பல எதிர்க்கட்சி தலைவர்கள் சிறைபிடிக்கப்பட்டனர். பத்திரிகைகள் சென்சார் செய்யப்பட்டன. கருக்கலைப்புகள் இந்திராவின் புதல்வர் சஞ்சய் காந்தியால் நடைமுறைப்படுத்தப்பட்டன. பலர் சிறை பிடிக்கப்பட்டனர். இந்தியாவே இந்திராவுக்கு எதிராக கொதித்தெழுந்தது.

நெருக்கடிக்குப் பின்னர் இந்திய அரசியலில் குழப்ப நிலையே நீடித்தது. ஜெயப்பிரகாஷ் தலைமையில் பெரும் போராட்டங்கள், ஆர்ப்பாட்டங்கள் வெடித்தன. மத்திய அரசியல் வரலாற்றில் பல திருப்பங்கள் நிகழ்ந்தன.

இந்திரா காங்கிரஸ் அடுத்த தேர்தலில் போட்டியிட்டு தோற்றது இந்திராவுக்கு எதிராக மீண்டும் கூட்டணிக் கட்சிகள் இணைந்து தேர்தலில் போட்டியிட்டு மொரார்ஜி தேசாய் பிரதமர் ஆனார். ஆனால் 2 ½ ஆண்டுகள் மட்டுமே பிரதமராக இருந்தார். பிரதமராக பொறுப்பேற்ற சரண்சிங் காங்கிரஸ் ஆதரவுடன் 2 மாதங்களே நீடித்தார். ஆதரவு தந்த காங்கிரசே ஆதரவை விலக்கிக் கொண்டது.

காமராஜருக்கு எதிரான ஒரு சிலர் மட்டுமே இந்திரா காங்கிரஸ் அணியில் இருந்தனர். காலமெல்லாம் காங்கிரஸ் கட்சிக்கு எதிரான அரசியல் நடத்தி வந்த தி.மு.க. காங்கிரஸின் பிளவை தனக்கு சாதக

மாக பயன்படுத்திக் கொள்ள மத்தியில் ஆட்சிப் பொறுப்பிலிருந்த இந்திரா காந்திக்கு அரசியல் ரீதியாக ஆதரவளித்தார்.

'எதிரிக்கு எதிரி' நண்பன் என்பது போல் எதிர் நிலையில் இந்திரா வுடன் கைகோர்த்த இந்திராவுடன் கை கோர்த்த கருணாநிதி 1972 நடைபெற வேண்டிய தேர்தல் 71 ஆம் ஆண்டே வந்தபோது இந்திரா காங்கிரசுக்கு ஒரு இடம் கொடுக்காமல், நாடாளுமன்ற தொகுதி மட்டுமே விட்டுத் தந்தார். இதில் 234 தொகுதிகளில் போட்டியிட்டு 184 இடங்களில் வெற்றி தி.மு.க. ஆட்சியைக் கைப்பற்றியது.

காமராஜ் தலைமையிலான ஸ்தாபன காங்கிரஸ் 15 இடங்களில் மட்டுமே வெற்றி பெற்றது. இந்திய அளவில் இந்திரா காங்கிரஸ் 330 இடங்களில் அமோக வெற்றி பெற்றது.

ஒரு பக்கம் தி.மு.க. வளர்ந்தாலும் மறுபக்கம் தி.மு.க.வில் லஞ்சமும் ஊழலும் பெருகின. கடந்த, கார்ப்பரேஷன் தேர்தலில் போட்டி யிட்டு வென்ற தி.மு.க. மீது லஞ்ச ஊழல் வழக்குகள் தொடுக்கப் பட்டன. எங்கும் எதிலும் கமிஷன் என்றானது. மாவட்டம் - வட்டம் என அனைத்து தரப்பினரிடையே பணப்புழக்கம் அதிகரித்தது.

இது பொது மக்கள் மத்தியில் தி.மு.க. மீதான நல்லெண்ணத்தைச் சிதைக்கத் தொடங்கியது. இக்காலக் கட்டத்தில்தான் கட்சியில் தம்மைவிட செல்வாக்கு மக்கள் யாரும் இருக்கக் கூடாது என்ற எண்ணத்தில் எம்.ஜி.ஆருக்கு எதிராக திரைத்துறையில் தன் மகன் மு.க. முத்துவை திரைக்களத்தில் கொண்டு வந்தார் கருணாநிதி.

1970களின் தொடக்கத்தில் தமிழக அரசின் நிதிநிலைமை மோச மானதால் தி.மு.க. அரசு மதுக்கடைகளை திறந்தது. இது விஷயத்தில் அண்ணா மதுவிலக்கு கொள்கையில் உறுதியோடு இருந்தார். மத்தியில் காங்கிரஸ் ஆண்ட மாநிலங்களிலும் பூரண மதுவிலக்கு கையாளப்பட்டது. இந்தியாவில் மதுவிலக்கை தளர்த்திய பெருமை கருணாநிதியைச் சேரும்.

இந்நிலையில் கருணாநிதி திரை மறைவில் எம்.ஜி.ஆருக்கு எதிரான காய்களை நகர்த்தினார். எம்.ஜி.ஆர். பெயரில் செயல்படும் மன்றங்கள் தனது மகனான மு.க. முத்து பெயரில் இயங்கச் செய்தார்.

இது எம்.ஜி.ஆர் ரசிகர்கள் மத்தியில் பெரும் கொந்தளிப்பை ஏற்படுத்தியது. 1972ல் மதுரையில் நடைபெற்ற தி.மு.க. மாநாட்டில் பொருளாளராக இருந்த எம்.ஜி.ரை ஓரம் கட்டியது. இதனை உணர்ந்த எம்.ஜி.ஆர். கருணாநிதிக்கு எதிராக போர்க்கொடி தூக்கினார்.

தி. மு. க. எதிராக கலகக்குரல் எழுப்பினர். கட்சியின் கணக்கை கேட்டார். ஆதரவாளர்களை அழைத்த கருணாநிதி, எம்.ஜி.ஆருக்கு எதிராக தி.மு.க. விலிருந்து விலக நடவடிக்கை எடுத்தார்.

எம்.ஜி.ஆர். ரசிகர்களும் கருணாநிதி எதிராக தன்னிச்சையாக போராடத் தொடங்கினர். போராட தொடங்கியவர் மீது கருணாநிதி அரசு காவல் துறை அடக்குமுறை கட்டவிழ்த்து விட்டது. எம்.ஜி.ஆரை கட்சியிலிருந்து நீக்கினர். எம்.ஜி.ஆரை தேடி ரசிகர்கள், ஆதரவாளர்கள் குவிந்தனர். கருணாநிதிக்கு எதிராக முழக்க மிட்டனர். இதன் விளைவு 1972 அக்டோபர் 17-ஆம் தேதி அண்ணா தி. மு. க. தோன்றியது.

∎

15. எம்.ஜி.ஆர். ஆட்சியும் மத்தியில் குழப்பமும்

எம்.ஜி.ஆரின் தி.மு.க. எதிர்ப்பின் நிலையில் எம்.ஜி.ஆர். தனிக் கட்சி தொடங்கினார். 6 மாதத்தில் இடைத்தேர்தலில் திண்டுக்கல் தொகுதியில் மாயத்தேவரை நிற்க வைத்து தி.மு.க.வுக்கு எதிராக போட்டியிட்டு வெற்றி கண்டார். இதன் மூலம் தமிழகத்தில் அசைக்க முடியாத சக்தியாக எம்.ஜி.ஆரின் அ.தி.மு.க. வடிவெடுத்தது.

தி.மு.க. எதிராக பல்வேறு போராட்டங்கள் அ.தி.மு.க. நடத்தியது. தி.மு.க. அரசின் மீது ஊழல் பட்டியலை ஊர்வலமாகச் சென்று கவர்னரிடம் வழங்கினர் எம்.ஜி.ஆர். மற்றும் கம்யூனிஸ்ட்டுகள். எம்.ஜி.ஆருக்கு பக்கபலமாக கம்யூனிஸ்ட் கட்சித் தலைவர் கல்யாண சுந்தரம் ஆதரவாக நின்று கை கொடுத்தார். இதன் எதிரொலி 1976-ஆம் ஆண்டு இந்திரா காந்தி தி.மு.க. ஆட்சியைக் கலைத்தார். தி.மு.க. மீது 'சர்காரிய கமிஷன்' நியமித்தார்.

1977ல் ஆட்சி மாற்றம் ஏற்பட்டு மத்தியில் ஜனதா கட்சி தலைமையில் புதிய அரசு அமைந்தது. இதற்கு எம்.ஜி.ஆரின் அ.தி.மு.க. ஆதரவாக செயல்பட்டது. இதற்கிடையில் தி.மு.க., அ.தி.மு.க., இணைக்கும் முயற்சியில் பிஜு பட் நாயக் இறங்கி தோல்வியைக் கண்டார். காங்கிரஸ் - தி.மு.க. கூட்டணி உருவானது.

1978ல் இந்திரா காந்தி திகார் சிறையில் அடைக்கப்பட்டார். 1980ல் நடைபெற்ற பொதுத் தேர்தலில் அ.இ.அ.தி.மு.க., ஜனதா கட்சி, கம்யூனிஸ்ட் கட்சி கூட்டணி அமைத்து போட்டியிட்டது. அ.தி.மு.க. இரண்டு இடங்களை மட்டுமே வெற்றி பெற்றது.

தி.மு.க.விலிருந்து வெளியேற்றப்பட்டு தனிக்கட்சி தொடங்கி, இடைத்தேர்தலில் வென்ற அ.இ.அ.தி.மு.க.வை இனி வீழ்த்த முடியாது என்றுணர்ந்த தி.மு.க. மத்தியில் இருந்த காங்கிரஸ் ஒரு பிரிவான இந்திரா காங்கிரசுடன் கைகோர்த்து கூட்டணி ஆட்சிக்கு ஒப்புக் கொண்டார் கலைஞர் கருணாநிதி. அதற்கு இந்திரா காந்தியும் துணை போனார்.

'தமிழ்நாட்டில் கருணாநிதி தலைமையில் தான் கூட்டணி ஆட்சி. அவர்தான் முதலமைச்சர் பொறுப்பை வகிப்பார். காங்கிரசார் இதற்கு ஏற்றவாறு பிரச்சாரத்தை மேற்கொள்ள வேண்டும்' என்று இந்திரா காந்தி கேட்டுக் கொண்டார்.

நாடாளுமன்றத் தேர்தல் முடிந்த 5 மாத கால இடைவெளியில் தேர்தல் நடைபெறுவதால் இதில் தி.மு.க. - காங்கிரஸ் கூட்டணி தான் வெற்றி பெறும், ஆட்சி அமைப்போம் என்ற தேர்தல் கணக்கை எம்.ஜி.ஆரின் அ.தி.மு.க. முறியடித்தது.

இந்தத் தேர்தலின்போது பிரச்சாரத்தில் மக்களை சந்தித்த எம்.ஜி.ஆர்., 'நான் என்ன தவறு செய்தேன். ஆட்சியை ஏன் கலைத்தார்கள்? நீங்கள்தான் தீர்ப்பு வழங்க வேண்டும்' என்று பிரச்சாரத்தை மேற்கொண்டார்.

1977 முதல் 1980 வரையிலான அ.தி.மு.க. ஆட்சியில் மக்கள் நலனுக்காக மாநில வளர்ச்சிக்காக தாம் நிறைவேற்றிய திட்டங் களை கூறி இதற்காகவா ஆட்சி கலைக்கப்பட்டது? என்ற மக்கள் மன்றத்தில் கேள்வி எழுப்பினார்.

1980 நடைபெற்ற பொதுத் தேர்தலில் அ.தி.மு.க. ஆட்சியை கவிழ்த்த தி.மு.க. - காங்கிரஸ் அணி அதிர்ச்சி தோல்வியை சந்தித்தது. தமிழ்நாட்டிலுள்ள 234 தொகுதிகளில் அ.தி.மு.க. கூட்டணி 162 இடங்களில் வெற்றி பெற்றதோடு அ.தி.மு.க. மட்டுமே அறுதி

பெரும்பான்மையுடன் 128 இடங்களில் வெற்றி பெற்றது. இரண்டாம் முறையாக ஆட்சியைக் கைப்பற்றியது. தி.மு.க. படுதோல்வி அடைந்தது.

1977 முதல் 80 வரையிலான அ.இ.அ.தி.மு.க. ஆட்சி சிறப்பாக நடைபெற்றது. எவ்வித லஞ்ச புகாரும் இல்லை. அத்தியாவசியப் பொருட்கள் தடையின்றி தாராளமாக மக்களுக்கு கிடைத்தது.

இதற்கிடையே மத்தியில் மத்திய அரசில் எமர்ஜென்சி, எதிரொலியில் காங்கிரஸ் வீழ்த்தப்பட்ட கூட்டணி ஆட்சியில் மொரார்ஜி தேசாய் 2 ½ ஆண்டுகளும் சரண்சிங் 3 மாதம் மட்டுமே ஆட்சி செய்தார். மத்திய அரசின் ஆட்சி எந்தக் கட்சியும் பெரும்பான்மை கிடைக்காமல் ஒன்றுக்கு ஒன்று மோதிக் கொண்டு மீண்டும் ஜனாதிபதி ஆட்சிப் பிரகடனப்படுத்தப்பட்டது.

இதன் எதிரொலியாக அடுத்தத் தேர்தல் இந்திரா காந்தி தலைமையில் மீண்டும் காங்கிரஸ் மத்தியில் அரியணை ஏறியது அ.இ.அ.தி.மு.க. இந்திராவுக்கு ஆதரவு கரம் நீட்டியது.

1984ல் தமிழகத்தின் முதல்வர் எம்.ஜி.ஆர். நோய்வாய்ப்பட்டிருந்த நேரத்தில் நாடாளுமன்றத்துக்கான தேர்தல் நடைபெற்றது. அப்போது, எம்.ஜி.ஆரின் அ.தி.மு.க. ஓராண்டு முன்னதாகவே சட்டசபையைக் கலைத்து விட்டு தேர்தலை சந்தித்தனர்.

அ.இ.அ.தி.மு.க. வோடு காங்கிரஸ் நட்பை உணர்ந்த தி.மு.க. 1984 தேர்தலை எதிர்கொள்ள தனி கூட்டணியை அமைத்தது. உடல் நிலையில் மோசமடைந்த எம்.ஜி.ஆர். அமெரிக்காவுக்கு சிகிச்சைக் காக கொண்டு செல்லப்பட்டார்.

தேர்தலில் எம்.ஜி.ஆர். இல்லாத நிலையில் செல்வி ஜெயலலிதா கொள்கை பிரச்சார செயலராகப் பணியாற்றி தேர்தல் பிரச்சாரத்தில் ஈடுபட்டார்.

அமெரிக்காவில் சிகிச்சை பெற்று வந்த எம்.ஜி.ஆர். மதுரை மாவட்டம் ஆண்டிப்பட்டியில் போட்டியிட்டு அமோக வெற்றி

பெற்றதுடன் அ.இ.அ.தி.மு.க. அணி 198 இடங்களில் வெற்றி பெற்றது.

1977-80, 84 என மூன்று சட்டமன்ற பொதுத் தேர்தலில்களிலும் எம்.ஜி.ஆர் தொடர் வெற்றி பெற்று திராவிட இயக்கத்தின் ஆகப் பெரிய சக்தி தாம் தான், வலிமை மிக்க கட்சி அ.தி.மு.க. தான் என்பதை நிரூபித்தார்.

இதே காலகட்டத்தின் ஆர்.எஸ்.எஸ்., ஜன சங்கத்தின் மறுபிறவியான பாரதிய ஜனதா கட்சி இந்தியாவில் தமிழ்நாட்டில் அறிமுகமானது.

1987-ஆம் ஆண்டு டிசம்பர் மாதம் 24-ஆம் தேதி அ.தி.மு.க. நிறுவனத் தலைவரும் பொதுச் செயலாளருமான எம்.ஜி.ஆர் மறைந்தார். தமிழக அரசியலில் ஒரு பரப்பரப்பான சூழல் ஏற்பட்டது.

தமிழகத்தில் அ.இ.அ.தி.மு.க. இரண்டாக பிளவுபட்டது. எம்.ஜி.ஆரின் மனைவி ஜானகி அணி என்றும் ஜெயலலிதா அணி எனப் பிரிந்தது.

மத்தியில் இந்தியாவின் மறைவுக்குப் பின் ராஜிவ் காந்தி தலைமை யில் காங்கிரஸ் அணி இருந்தது.

1989-ஆம் ஆண்டு நடைபெற்ற பொதுத் தேர்தலில் ஜெ. அணி, ஜா.அணி என இரு தரப்பினரும் ராஜிவ்காந்தியை ஆதரவை நல்கினர். ராஜிவ்காந்தி எந்தப் பிரிவையும் ஆதரிக்காமல் 'இவர்கள் ஒன்றிணைந்தால் மட்டுமே ஆதரிக்க முடியும்' என்றார்.

கட்சி சின்னத்துக்கு இரு அணியும் இரட்டை இலை சின்னத்துக்கு அணுக, தேர்தல் ஆணையம் இருவருக்கும் தனித்தனி சின்னங்கள் வழங்கியது. இதனால் தி.மு.க. அணி ஆதாயம் அடைந்தது. அதிகப் பெரும்பான்மை பெற்று ஆட்சி அமைத்தது.

இந்தத் தேர்தல் தோல்வி ஜானகி அம்மையாரை சிந்திக்கச் செய்தது. எனவே, "எம்.ஜி.ஆர். தொண்டர்களும், பொது மக்களும் அ.தி.மு.க. பிளவுபட்டு நிற்பதை விரும்பவில்லை. எனவே எல்லோரும் ஒன்றிணைந்து செயல்படுங்கள்" எனக் கூறி அரசியலி லிருந்து விலகினார். இதன் விளைவாய் 1984-ஆம் ஆண்டில் ஒன்றாக இணைந்து, மீண்டும் இரட்டை இலை சின்னத்தைப் பெற்றனர்.

13 ஆண்டுகளுக்குப் பிறகு பின்னர் ஆட்சிக்கு வந்த தி.மு.க. இரண்டு ஆண்டு கூட கடக்க முடியாமல் 1991-ல் ஆட்சியை பறி கொடுத்தது. அடுத்த ஆண்டு மீண்டும் சட்டமன்ற தேர்தல் வந்தபோது, ஜெயலலிதா தலைமையிலான அ.இ.அ.தி.மு.க. 159 இடங்களில் வெற்றி பெற்று ஆட்சி அடைத்தது. இத்தேர்தலில் தி.மு.க.வில் கருணாநிதி மட்டுமே வெற்றி பெற்றார் என்பது குறிப்பிடத்தக்கது.

எம்.ஜி.ஆர். - கருணாநி எனத் தொடங்கி நடைபெற்ற திராவிட அரசியல் யுத்தம் அப்படியே மாறி கருணாநிதி - ஜெயலலிதா எனத் தொடர்ந்தது. அப்போதும்கூட தேசியக் கட்சியான காங்கிரஸ் தலை தூக்கவில்லை.

■

16. பி.ஜே.பி.யும் இந்தியாவும்

இந்திய அளவில் தேசியக் கட்சிகளின் ஆதிக்கம் செல்வாக்கு குறையத் தொடங்கின. அந்தந்த மாநிலங்களில் மாநிலக் கட்சிகள் செல்வாக்குப் பெற்று அதிகாரத்தை கைப்பற்றியது.

இந்திராவுக்கு அவரின் நெருக்கடி நிலை கொடுமைகள், பின்னர் அவரது தோல்வி, அவரின் மறைவு என சுதந்திர இந்தியாவில் 30 ஆண்டுகளாக மத்தியில் ஆட்சி செய்த காங்கிரஸ் கட்சி வீழ்த்தப் பட்டது.

அந்தக் காலகட்டம் முதல் மத்தியிலும் மாநில கட்சிகளுடன் பங்களிப்புடன் கூட்டணி அரசுகள் செயல்படத் தொடங்கின. அந்தக் கூட்டணி அரசுகளில் தமிழ் நாட்டை சேர்ந்த திராவிடக் கட்சிகளான தி.மு.க.வும், அ.இ.அ.தி.மு.க.வும் பங்கு பெற்றன. இதற்கிடையில் தி.மு.க.விலும் பிளவு ஏற்பட்டு வைகோ தனிக் கட்சித் தொடங்கி புலிகளின் ஆதரவால் தி.மு.க.வுக்கு மத்திய அரசால் நெருக்கடி ஏற்பட்டது.

*1989-90*ல் தி.மு.க. ஆட்சி கலைக்கப்பட்ட பின் *1991*ல் நடைபெற்ற ஜெயலலிதா தலைமையிலான அ.இ.அ.தி.மு.க. வெற்றி பெற்றது. ஜெயலலிதாவின் இந்த காலகட்டத்தில்தான் தனது வளர்ப்பு மகன் திருமணம் என்ற பெயரில் ஆடம்பரத் திருமணம் நடத்தி மக்களின் கண்களில் எரிச்சலை மூட்டினார்.

அதன் பின்னர்,

1996ல் - தி.மு.க.

2001ல் - அ.தி.மு.க.

2006ல் - தி.மு.க.,

2011ல் - அ.தி.மு.க.

2016ல் - அ.தி.மு.க.

இக்கால கட்டத்தில் கல்விக்கூடங்களில் இந்தியின் செல்வாக்கு இடம் பெற்றது. ராஜிவ் காந்தி 'நாவோதயப் பள்ளி' அறிமுகப் படுத்தப்பட்டது. இந்தியாவில் அனைத்து மாநிலங்களில் பயிலும் மாணவர்களுக்கு இப்பள்ளியில் இலவசக் கல்வி என்ற பெயரில் மும்மொழிக் கல்வியை அறிமுகப்படுத்தியது. கல்வி, தங்குமிடம், புத்தகம், உணவு, உடை என அனைத்தும் இலவசமாய் வழங்கியது.

இந்தியாவில் தமிழகம் தவிர பிற மாநிலங்கள் அனைத்திலும் நடை முறைப்படுத்தப்பட்டது. ஆனால் இந்தி என்ற பாடம் புகுத்தப் படுவதை விரும்பாத அப்போது இருந்த தி.மு.க. அரசு அதனை தமிழ்நாட்டில் அனுமதிக்க முடியாது என்று பிடிவாதம் பிடித்தார்.

இதனை எதிர்த்து நாவோதயா பள்ளிக்கு ஆதரவாக அறிவுஜீவிகள் ஜெயகாந்தன், துக்ளக் சோ, நெல்லை கண்ணன், தமிழருவி மணியன், காங்கிரஸ் பேரியக்க புத்திஜீவிகள் குரல் கொடுத்தும் அது செல்லுபடியாகவில்லை. பிற மாநிலங்களில் இன்னும் தொடர்கிற நிலையில் தமிழ்நாட்டில் அது அடி எடுத்து வைக்கவே இல்லை.

அதேபோல் மத்திய அரசின் CPSC எனும் பன்னிரெண்டாம் வகுப்பு வரை மத்திய அரசின் கல்வி திட்டம் அறிமுகப்படுத்தப்பட்டும் அதனை எதிர்ப்பது மாதிரி எதிர்த்த தி.மு.க. தமிழகத்தில் அக்கல்வி நிலையங்கள் பெருகின.

அதேபோல் கல்வி என்பது வியாபாரம் என்ற நிலை பெற்று தமிழக அரசால் நிர்ணயிக்கப்பட்டு எங்கும் அரசுப் பள்ளிகள் இருந்த நிலையில் கல்வி வியாபாரம் பொருளாகி தமிழகத்தில் கிளைகள் விரிந்து படர்ந்தன. இதன் வழியே இந்தியும் ஒரு பாடமாக பயிற்று விக்கப்பட்டன. அதுவும் இலை மறை காய் போல் தமிழகமெங்கும் பரவின.

அதேபோல் எம்.ஜி.ஆர். ஆட்சியில் மத்திய அரசால் அறிமுகப் படுத்தப்பட்ட தனியார் கல்லூரிகள் தொடங்கியபோது அ.தி.மு.க. அங்கம் வகித்த அதுவும் குறிப்பாக அ.தி.மு.க. பிளவுபட்ட ஜானகி அணியில் இருந்த பலர் தனியார் கல்லூரிகளை ஏற்படுத்தி கல்லூரி தாளாளராக உருமாறினர். ஆக மெல்ல மெல்ல கல்வி என்பது தனியார்மயமாகத் தொடங்கியது.

இந்தியாவில் சுதந்திரத்துக்குப் பின் மக்கள், கல்வி வளர்ச்சியில் ஒவ்வொரு மாநிலமும் வளர்ச்சிப் பாதையில் முன்னெடுத்து வளர்ந்தன. குறிப்பாக தென்னகத்தில் ஆந்திரா, கர்நாடகா, கேரளா, தமிழ்நாட்டில் கல்வி வளம் பெற்றோர் அதிகரித்தனர். குறிப்பாக கேரளம் இதில் தன்னிறைவு பெற்றது. அடுத்து தமிழ்நாடு கல்வி தந்தை காமராஜர் முன் முயற்சியால் தமிழகத்தில் பள்ளிகள் பெருகின. தொடக்கப்பள்ளி, உயர்நிலைப் பள்ளிகள் பெருகின. அனைவரும் கல்வி என்ற முறையில் பள்ளிகள் பெருகி வளர்ந்தன.

காமராஜர் பள்ளிகளில் பயிலும் மாணவர்கள் கல்வியில் பொருளாதார ரீதியில் இடைக்கற்றலை நிறுத்தத்தை தடுக்கவும் தொடர்ந்து படிப்பைத் தொடரவும் சத்துணவு திட்டத்தை அறிமுகப்படுத்தி கல்வியை, கற்றலை உயர்த்தினார்.

அதன்பின் ஆட்சிக்கு வந்த தி.மு.க.வும் கல்விச்சாலை பெருக்கி சத்துணவை மேம்படுத்தி கல்வி வளர்த்தெடுத்தது. அடுத்த அ.இ.அ.தி.மு.க.வும், எம்.ஜி.ஆரும், ஜெயலலிதாவும் உயர்நிலைக் கல்வி வரை சத்துணவுத் திட்டத்தை மேம்படுத்தி வளர்த்தெடுத் தனர். மேலும் தொழிற்கல்வி, ஆங்கிலவழிக் கல்விச் சாலைகளை வளர்த்தெடுத்து மாணவர்களின் கற்றல் திறனை அதிகரித்து உலக மெலாம் சென்று தாங்கள் கற்ற கல்வி மூலம் மேலை நாடுகளுக்குச்

சென்று அந்த நாடுகளின் பொருளாதார வளர்ச்சிக்கு உறுதுணை யாய் நின்றனர்.

தமிழகத்தைப் பொறுத்தவரை இந்தி ஒரு மொழிப்பாடமாக இந்தி விரும்பிக் கற்றாலும் கட்டாயக் கல்வி இந்தி பயிற்றுவிக்கப்பட வில்லை.

காங்கிரஸ் அரசு இந்தி மொழிப் பாடத்தை கட்டாயப் பாடமாக திணித்தாலும் தமிழகத்தைப் பொறுத்தவரை அதனை எதிர்த்துப் போரிட்டதால் இங்கு இந்தி மொழி மாணவர்கள் மத்தியில் பயிற்றுவிக்கப்படவில்லை. ஆயினும் இந்தி பிரச்சார சபா மூலம் விரும்பி சிலர் பயின்றாலும் அவர்கள் வடமாநிலங்களில் பணிகளில் அமர அதனைப் பயின்றனர். வடமாநில அரசுப் பணி களில் குறிப்பாக வங்கி, தபால் தந்தி துறைகளில் வேலை வாய்ப்பை பெற்றனர்.

அதே சமயம் ஆங்கில வழி கற்றவர் தமிழகம் முழுதும் மருத்துவராக, பொறியாளராக, பிற துறைகளில் கோலோச்சி உயர் பதவிகளில் அமர்ந்து கோலோச்சினர். அவை அரசு நிர்வாக பணி முதல் விண்வெளி ஆய்வுக்கூடங்கள் வரை தங்கள் ஆளுமையை உயர்த்திப் பிடித்தனர். அதில் எண்ணிறந்தோர் தமிழர்களாகவே நிரம்பி வழிந்தனர்.

அவர்கள் சர்.சி.வி. ராமன் முதல் பின்னால் அப்துல்கலாம் முதல் இந்தியாவுக்கு பெருமை சேர்ந்தவர்கள் பட்டியல் நீளும். இவர்கள் அனைவரும் தமிழர்களே என்பது குறிப்பிடத்தக்கது.

அனைத்துத் துறையிலும் தமிழர்கள் தமிழ்வழி கல்விப் பயின்று மருத்துவர்களாக, என்ஜினியர்களாக, அரசுத துறை நிறுவனங்களில் உயர்நிலை அதிகாரிகளாக, நீதிமான்களாக வளர்ந்தனர். இவர்கள் அனைவரும் தமிழ் - ஆங்கில வழி கற்றவர்களே என்பதே நிதர்சனம்.

இந்தி மொழி பயில மத்திய அரசான காங்கிரஸ் முன் கை எடுத்தாலும் தமிழகம் அதனை நிராகரித்து இரு மொழிப் பாடத்தைக் கற்று மேலோங்கினார். எனவே மத்தியில் அரசும் தமிழகத்தில் இந்தி வழி கல்வியை பெரிதும் ஊக்குவிக்கவில்லை. ஒரு சிலர் மட்டுமே ஒரு மொழிப் பாடமாக இந்தியை விரும்பிக் கற்றனர். ஏன் எனில் பல மொழி கற்பது தமது அறிவுக்கு விஸ்வதாரணம் பெறவே.

ஆயினும் மத்தியில் ஆளும் காங்கிரஸ் அரசு கல்வியை மேம்படுத்த மும்மொழி கல்வி வலியுறுத்தினாலும் தமிழ்நாட்டில் அது செல்லுபடியாகாமல் அரசுப் பள்ளியில் இருமொழிக் கல்விக் கொள்கையே நடைமுறையில் இருந்தது; அதற்கு அனுமதித்தது.

தேசியக் கட்சியான காங்கிரஸ் தனது அரசியல் சித்தாந்தத்தில் கருத்து முரண்களால் அரசியலில் மாநில தலைமைக்குள் ஏற்பட்ட முரண்களால், மாநில தலைவர்களை அடிக்கடி மாற்றியும் மெய்யான வளர்ச்சிக்கு பாடுபடும் தலைவர்கள் பந்தாடுவதும் - என காரணமாய் காங்கிரஸ் இந்தியா முழுதும் தனது பலத்தை இழந்தது.

மேலும் கல்விக் கொள்கையில் மத்திய அரசின் கீழ் கல்வியை வளர்த்தெடுக்க எண்ணி சி.பி.எஸ்.இ கல்வி முறை இந்தியா முழுதும் கொண்டு வந்தது. அது கல்வியில் வளர்ச்சிப் பாதையில் கொண்டு சென்றாலும் பிற மாநிலங்களில் நடைமுறைப்படுத்தப்பட்டாலும் தமிழகத்தில் அது மறைமுகமாக தமிழக அரசியலில் தி.மு.க.வின் ஆதரவால் தமிழகத்தில் வேரூன்ற தொடங்கியது.

தமிழகத்தில் அக்கல்விமுறை தி.மு.க.வால் அங்கீகரிக்கப்பட்டதால் தமிழ்நாட்டில் அது நீக்கமற பரவின.

இதன் வழியே நவீன பொருளாதார வளர்ச்சிக்கு வித்திட்டாலும் அதனை தி.மு.க. - அ.தி.மு.க. என இரு கட்சிகளும் அனுமதித்து வளர்த்தெடுத்தனர். இதன் மூலம் இந்தி பாடம் அவைகளில் கற்பிக்கப்பட்டு மறைமுகமாக ஒரு பாடமாக வளர்த்தெடுக்கப் பட்டது.

சி.பி.எஸ்.இ. எனும் கல்வி முறை மேல் தட்டு வர்க்கத்தினர், பணம் படைத்த, பொருளாதார வளர்ச்சியில் மேம்பட்ட மக்களின் பிள்ளைகள் சேர்க்கப்பட்டு அது செழிந்தோங்கியது.

தமிழகத்தில் இதன் விளைவாய் அரசு நடத்தும் பள்ளியின் மாணவர் சேர்க்கை படிப்படியாய் குறைந்து தமிழ்மொழிப் பள்ளியில் படிப்போர் எண்ணிக்கையும் குறைந்தது.

ஒருபுறம் தனியார் கல்லூரியின் வளர்ச்சியில் தமிழக தி.மு.க., அ.தி.மு.க. அரசியல் புள்ளிகள் தாங்களும் அதில் இடம் பிடித்து

தனியார் பள்ளியில் இந்திப் பயிலும் மாணவர்கள் பயில இடம் தந்தனர்.

இதனால் தனியார் மேல்நிலைப் பள்ளிகளில் ஆரம்ப கல்வி முதல் தமிழ் மூன்றாம் நிலைக்குத் தள்ளப்பட்டு ஆங்கிலம் - இந்தி - தமிழ் என பயிற்றுவிக்கப்பட்டது; பயிற்றுவிக்கப்பட்டு வருகிறது.

தமிழக ஆட்சியாளர்கள் இதற்கு பெருத்த இடம் தந்து விட்டு இன்று இந்தி பயிலுவதை கற்பதை விமர்சிப்பது என்னப் பொருத்தம்? என்று தெரியவில்லை.

இந்திய அரசியல் காங்கிரசுக்குப் பின் ஆட்சிக் கட்டிலில் ஏறிய பி.ஜே.பி. இதனைப் பயன்படுத்திக் கொண்டு கல்வி முறையை மாற்றத் துணிந்தது.

பி.ஜே.பி. அரசியல் என்பது ஒரு காலத்தில் இந்தியாவில் தடை செய்யப்பட்ட மகாத்மாவை கொன்ற ஆர்.எஸ்.எஸ். வழியில் வந்தது. இதன் வழியில் வந்த வாஜ்பாய் அரசு இந்தியாவின் வளர்ச்சியில் பெரும் திட்டங்கள் மூலம் வளர்ச்சிப் பாதைக்கு கொண்டு சென்றது. உலக நாடுகளின் நட்பும் தொடர்பும் வளர்ச்சிக்கும் பேருதவியாய் நின்றது.

காங்கிரஸின் ராஜிவ்காந்தி, நரசிம்மராவ், மன்மோகன் சிங் ஆட்சிக்குப் பிறகு வந்த காங்கிரசில் தனது கொள்கை பரப்பில் தடுமாறி பி.ஜே.பி.யை ஆட்சிக் கட்டிலில் அமர உதவியது.

இதனை எதிர்ப்பார்த்து காத்திருந்த பி.ஜே.பி. மக்களின் ஆதரவோடு மீண்டும் இந்திய ஆட்சிக் கட்டிலில் அரியணை ஏறியது. இதனைத் தொடர்ந்து வாஜ்பாய் பிரதமராகி இந்தியாவை வளர்ச்சிப் பாதையில் கொண்டு வந்தார். இவர் பிஜேபி ஆனாலும் நிர்வாகத் திறமையால் இந்தியாவை உலக அளவில் பேசப்படும் மனிதராக, நேர்மையான தலைவராக இருந்து செயலாற்றினார்.

இவரது மறைவுக்குப் பின் ஆர்.எஸ்.எஸ். வழிவந்த மோடி பிரதமர் ஆனார். அதன் விளைவுகள் பேராபத்தை நோக்கி நடை போட்டது. இதற்கு துணையாய் தி.மு.க. - அ.தி.மு.க. ஏதோ ஒரு வகையில் துணை நின்றன. அதற்கான விளைவை இப்போது அனுபவித்து வருகிறோம்.

மோடி தலைமையின் கீழ் வந்த இந்தியா ஆரம்பம் முதலே பல்வேறு விளைவுகளை மக்கள் சந்தித்து வருகின்றனர். ஒருபுறம் இதன் முக்கிய திட்டங்கள் இந்தியாவை வளர்ச்சிப் பாதையின் திட்டங்களான :

1. தேசிய சமூக உதவி திட்டம்
2. மகாத்மா காந்தி மேம்பாட்டுக்கான குடை திட்டம்
3. பட்டியல், பழங்குடியினரின் மேம்பாட்டுக்கான குடை திட்டம்
4. சிறுபான்மையினரின் மேம்பாட்டுக்கான குடை திட்டம்
5. பட்டியல் சாதியினரின் மேம்பாட்டுத் திட்டம்
6. பிற பாதிக்கப்படக் கூடிய குழுக்களின் மேம்பாட்டுக்கான திட்டம்

என பல்வேறு திட்டங்களை அறிமுகப்படுத்தினாலும் தனது மொழிப் பிரச்சினை திணிக்கும் வண்ணம் மீண்டும் இந்தி மொழி, சமஸ்கிருத மொழி பரப்பு திட்டம் இவர்கள் கையாண்ட வழிமுறைகள் இந்திய மக்களால், தமிழ் மக்களால் ஏற்றுக் கொள்ளப்படாமல் மக்களிடம் எதிரொலித்தது.

∎

17. மீண்டும் இந்தித் திணிப்பு...

தமிழ்நாட்டில் நூற்றாண்டு காலமாக இந்திமொழி எதிர்ப்புணர்வு கொண்டிருந்தாலும், இந்தி மொழி பயில்வோர் எண்ணிக்கை அதிகரித்துக் கொண்டுதான் இருக்கிறது.

தட்சிணபாரதி இந்தி பிரச்சார சபா மூலம், சி.பி.எஸ்.இ., கேந்திரியா பள்ளிகள் நவோதயா பள்ளிகள் வழியாகவும் இந்தி மொழி பயில்வோர் தொகை பெருகியே வருகிறது. இதன் மூலம் இந்தியா முழுதும் இந்தி ஆசிரியர்களாக, வட இந்தியாவில் அரசுத் துறையில் பணியாற்றியும், எம்.பி.க்களாகவும் தமிழர்கள் இருக்கத்தான் செய்கிறார்கள்.

இங்கு இந்தி கற்போர் அதனை ஒரு பாடமாக கற்போர் எல்லோரும் அதன் வழியே தங்கள் வாழ்வியல் பொருளாதாரத்தில் பலன் பெருகின்றார்களா என்ற நிலை இல்லை... இல்லை... இல்லை... 5 விழுக்காடு மட்டுமே அரசுப் பணி மூலம் தங்கள் வாழ்வியலை வடஇந்தியாவில் கழிக்கிறார்கள்.

இந்தி வழி, ஒரு பாடமாக இந்தி கற்பவர்கள் அது ஒரு பாடம், பயிற்சி என்ற வழியிலேயே தங்கள் வாழ்வியலை கடத்துகிறார்கள்.

இந்தியாவில் ஆரிய மொழி வழி குடும்பத்தினர் 73 சதவீதம் இந்தி கற்கிறார்கள். இது இந்திய சுதந்திரத்துக்கு முன் 1951 மக்கள் தொகை கணக்கெடுப்பின்படி இந்தி, உருது, பஞ்சாபி பேசுவோர் எண்ணிக்கை 42 % தெலுங்கு, 9,2% மராத்தி, 7.5% தமிழ், .43 சதவீதம் பேர் என புள்ளி விபரம் கூறுகிறது.

2011 கணக்கெடுப்பின்படி இந்தி மொழி பேசுவோர் 43 லிருந்து 63 சதவீதம் பேர். இது இன்று படிப்படியாக உயர்ந்து 57 சதவீதமாக உயர்ந்துள்ளது.

ஒன்றிய அரசு பொறுப்பேற்று பத்து ஆண்டுகளில் பல்வேறு வடிவங் களில் அதாவது கல்வி, விவசாயம், தொழிற்சாலைகள் என திட்டங்கள் வகுத்து மக்களை அல்லலுறச் செய்தது; செய்து வருகின்றது.

குறிப்பாக 2000 ரூபாய், 1000 ரூபாய், 500 ரூபாய் செல்லாது என திடீரெனச் சொல்லி மக்களை அலைக்கழித்தது, விலைவாசி ஏற்றம், சமஸ்கிருத பாடம், தனியார் முதலீடுகள் மூலம் தொழிற்சாலைகள் உருவாக்கம், தாராள உதவிகள் என திட்டங்கள் தீட்டி வளர்ச்சி என்ற பெயரில் தங்களின் வளர்ச்சிக்கு திசை மாற்றினர். அரசின் நிறுவனங்கள் தனியார் மயமாகியும் வருகிறது.

இத்தகைய ஒன்றிய அரசின் விலை ஏற்றம் இமாலய அளவு உயர்ந்து நிற்கிறது. 10 ஆண்டுகளுக்கு முன் ரூ. 400க்கு விற்ற காஸ் இன்று ரூ.1000 ஆனது.

பெட்ரோல் ரூ.40க்கு விற்றது இன்று ரூ.100

டீசல் ரூ.300க்கு விற்றது ரூ.900

அரிசி ரூ.40க்கு விற்றது ரூ.100

என அனைத்து நுகர்பொருட்களும் விண்ணுயர உயர்ந்திருக்கிறது.

அதுமட்டுமல்லாது பேச்சு வழக்கிலேயே இல்லாத சமஸ்கிருத மொழிக்கு அதனை செம்மைப்படுத்துகிறேன் என்ற பேரில் 1,488 கோடிகள் கொட்டி வளர்த்தெடுக்கிறது. தமிழ் வளர்ச்சிக்கு வெறும் 74 கோடி ஒதுக்குகிறது. பிற மொழிகள் முன்னேற்றத்துக்கும் தாய்வழி பயிலும் பிற மாநில கல்வி வளர்ச்சிக்கு ஒதுக்கப்படும்

தொகைகள் குறைவாக்கி பிறமொழிகள் கல்வி வளர்ச்சிக்கு முட்டுக்கட்டை போடுகிறது.

மொழிக் கொள்கையில் இந்தியாவில் மும்மொழிக் கல்வி பயிற்றுவிக்கப்பட்டாலும் கடந்த நூறாண்டாக தமிழகத்தில் இரு மொழிக் கொள்கையே கையாளப்படுகிறது. தமிழ்ப் பண்டிதர்கள், அறிஞர்கள், கல்வியாளர்கள் இருமொழிக் கல்வியைப் பயின்றே மருத்துவம், இன்ஜினியர், கட்டடக் கலைஞர், விண்வெளி ஆய்வு என பல்துறையில் இந்தியா மட்டுமல்லாது உலக நாடுகளில் உயர் பதவிகளில் கோலோச்சி வருகின்றனர்.

இந்தியாவிலும் தமிழ்வழி பயின்றே குடியரசுத் தலைவர் முதல் உயர்கல்வி வேந்தர் வரை வளர்ந்தனர்; வென்றனர்.

இதுகுறித்து, வண்ணப்பலகை எனும் டிஜிட்டல் இதழில், "தி.மு.க. மீதான வழக்கமான காழ்ப்புணர்வு வேறு; நமது மாநிலத்தில் ஐம்பது ஆண்டுகால இருமொழிக் கொள்கை பாரம்பரியம் என்பது வேறு; இரண்டையும் ஒன்றாகப் போட்டுக் குழப்பிக் கொள்ள வேண்டாம்.

கடந்த காலங்களில் நடந்த இரண்டு மொழிப் போராட்டங்களைப் பற்றி தெரிந்திருந்தால் நீங்கள் இப்படி எல்லாம் பேச மாட்டீர்கள். அதேவேளையில் அப்படி எல்லாம் நீங்கள் தேடிப் போய் படிக் மாட்டீர்கள் என்பதும் எனக்குத் தெரியும். மொழிப் போராட்டம் என்றால் அது திராவிடக் கட்சிகளுக்கான அரசியல் கச்சாப் பொருள் தானே. அது பற்றி நாம் ஏன் படிக்க வேண்டும்? என்ற கேள்வி எழும்.

இந்தக் கேள்வி உங்களிடம் மட்டும் அல்ல, தமிழ்நாட்டில் 80 சதவிகித மக்களிடமும் இதே கேள்விகள்தான் உள்ளது. காரணம், அன்றைய பெரு நிறுவன ஊடகங்களும் அவை உருவாக்கிய வரலாற்றுப் பதிவுகளும் அன்றைய இந்தி எதிர்ப்பு மொழித் திணிப்புக்கு எதிரான போராட்டங்களைப் பற்றி அத்தனை நல்ல விதமாக பதியவில்லை.

மேலும், மக்களுக்கான பொதுவெளியில் எல்லாம் அதனை தி.மு.க.வுக்கான தலைவர்கள் தங்களுக்கான அரசில் கோஷமாக

மாற்றிக் கொண்டார்கள். ஆனால், இந்தி எதிர்ப்புப் போராட்டம் என்பதும் தமிழ்நாட்டின் இருமொழிக் கொள்கை என்பதும் அத்தனை சாதாரணமானதல்ல. அது அசாதாரணமானது. அது நம்முடைய தாய்மொழியை, தமிழ்ப் பண்பாட்டை, நமக்கான கல்வி கற்கும் உரிமையை, அரசு மற்றும் தனியார் வேலை வாய்ப்புகளை நமக்கு நேரடியாக காப்பாற்றிக் கொடுத்துள்ளது.

தமிழ்நாட்டில் தமிழ்மொழியில் அடிப்படைக் கல்வி கற்று, உயர்கல்வியை ஆங்கிலத்தில் படித்து, உள்ளூர் அறிவையும் அடுத்தடுத்துப் பெற்று, அதன் தொடர் நீட்சியாக ஆளுமைமிக்க தமிழர்களாய் வலம் வந்து கொண்டிருப்பவர்களை நாம் நேரில் கண் கொண்டு பார்க்கிறேன். அதில் ஒருவராக நாமும் இருக்கிறோம்.

தமிழ்நாட்டின் இத்தனை பெரிய கல்விப் புரட்சிக்கு அன்றைக்கு அண்ணா விதைத்த இரு மொழிக் கொள்கைதான் காரணம் என்பதை உள்ளூர உணர்ந்த அளவுக்கு அத்தனை வெளிப்படையாக பேச யாரும் முன் வரவில்லை.

கடந்த 50 ஆண்டுகால தமிழ்நாட்டு மக்களும் இந்த இருமொழிக் கொள்கையை மௌனமாக கடந்து சென்று விட்டார்கள். மக்களுடைய இம்மேம்போக்கான நடைமுறைக் கூர்ந்து கவனித்து வந்த ஊடகத்துறையினர் தம் பங்குக்கு கள்ள மௌனத்தைக் காத்தார்கள்.

மக்களிடம் நிலவி வரும் அறியாமை, மொழிப் போராட்டம் இரு மொழிக் கொள்கை பற்றி அறியாமை மௌனத்தை குறுக்கீடு செய்து உடைக்க முன் வரவில்லை.

அதுசரி, இத்தனை ஆண்டுகளாக மத்தியில் காங்கிரசும், ஜனதா தளமும் ஆண்டு வந்தன. அவை எல்லாம் அரசியல் கட்சிகள் என்றால் அதற்குரிய பண்பு நலன்களோடு சற்று ஏற்ற இறக்கமாக நடந்து கொண்டன.

ஆனால், கடந்த பத்து ஆண்டுகளாக ஆர்.எஸ்.எஸ். பின்னணியில் வளர்ந்த மத்தியில் ஆண்டு வரும் இயக்கம் என்ன செய்யும்? அந்த இயக்கம் தனக்கான செயல் திட்டத்தை நிறைவேற்றுவதில் குறியாக

உள்ளது. அதனால்தான் இன்றைக்கு அந்த மும்மொழிக் கொள்கை என்ற பூதத்தை அது திறந்து விட்டுள்ளது.

இது மொழிக்கொள்கை குறித்து எச்சரிக்கை தேவை என்பதை வெளிச்சமிட்டுக் காட்டுகிறது.

சமீபத்தில் மத்திய அரசின் கல்வித்துறை அமைச்சர் தர்மேந்திரா பிரதான், இந்தியை ஒரு பாடமாக்கும் மும்மொழிக் கொள்கையை கட்டாயம் கற்க வேண்டும் என்ற அரசாணையை வெளியிட்டுள் ளார்.

கடந்த பத்து ஆண்டுகளாக சமஸ்கிருத பிரச்சாரம், பிற மொழிகளின் குறிப்பாக தென்க மக்களின் மீது வெறுப்பை உமிழ்வதும் பொய்களை கட்டவிழ்த்து விடுவதும் பா.ஜ.க. அரசுக்கு கைவந்த கலையாக மாறிப் போனது.

மேலும், மும்மொழிக் கொள்கையை அமல்படுத்துவதால் தமிழ்நாடு அரசுக்கு மாணவர்கள் மீது அக்கறை இல்லை என்கிறார்.

வடஇந்தியாவில் இந்தி மட்டும் கற்றவர்கள் உலக அளவில் சாதித்தது எத்தனைப் பேர் என்று பட்டியலிட முடியுமா?

மாணவர் மீது அக்கறை இல்லாத அரசு எது? என்று இந்திய மக்கள் நன்கு அறிவார்கள். முழுப் பூசணிக்காயை சோற்றில் மறைக்கப் பார்க்கிறார் அமைச்சர் தர்மேந்திரா பிரதான்.

இன்று தமிழ்நாட்டில் வேலைக்காக படை எடுக்கும் வடஇந்திய வளர் இளம் மருத்துவர் நடுத்தர வயது வரை உள்ள ஆண்கள் குறிப்பாக தமிழகத்தில் லட்சக்கணக்கில் வந்து இங்கு கூலிக்குப் மாரடிக்கிறார்கள் என்பது தெரியுமா?

இவர்கள் அனைவரும் பீகார், அசாம், மேற்கு வங்கம், குஜராத் என வடமொழிக் குடும்பத்தைச் சேர்ந்தவர்கள் . இவர்கள் இந்தி மட்டுமே கற்று அதனினும் 6 முதல் 8 ஆம் வகுப்புவரை படித்து, மேற்கொண்டு கல்வி பயில வசதியில்லாமல் கல்வித்தரம் மோசமடைந்து வேலை வாய்ப்பினை இழந்து, தமிழகத்துக்கு படையெடுக் கிறார்கள்.

இவர்கள் விவசாயத்தில் அறுப்பது முதல் டீக்கடையில் வேலை வரை செய்கிறார்கள். இவர்களுடன் உரையாடும் போதுதான் இவர்களின் கல்வி லட்சணம், ஆங்கில அறிவு சிறிதும் இல்லை என்பதும் அலுவலகங்களில் பணியாற்ற இவர்கள் தகுதி படைத்தவர்களாய் இல்லை என்பதை அறிய முடியும்.

இந்தி மொழி பேசும் மாநிலங்களில் இத்தகைய கல்வி அறிவற்ற மக்களை வார்த்தெடுத்து அவர்கள் வாழ்வியலை குடும்பத்தை விட்டு வேலை தேடி வருகின்றனர். வந்தாரை வாழ வைக்கும் தமிழகம் இவர்களை வரவேற்கிறது. இதன் பின் விளைவு எப்படி இருக்கும் என்பது யோசிக்கத்தக்கது.

மத்திய அரசு மாநிலங்களை பொதுவாக மாநிலங்களுக்கு குறைவாகவே வளர்ச்சித் திட்டங்களுக்கு குறைவாகவே நிதி ஒதுக்குகிறது. குறிப்பாக கீழ்வரும் திட்டங்களுக்கு தமிழகத்துக்கு ஒதுக்கும் நிதி கைக்கு மிஞ்சியது வாய்க்கு எட்டவில்லை என்ற அளவிலேயே இருக்கிறது.

தமிழ்நாட்டை மத்திய அரசு ஒவ்வொரு துறையிலும் வஞ்சித்து வரும் பட்டியல் :

- கல்வி நிதி குறைப்பு
- எஸ்சி / எஸ்டி மேம்பாட்டு நிதி நிறுத்தம்
- இரயில்வே திட்டங்களுக்கு குறைவான நிதி
- புயல் நிவாரண நிதி மறுப்பு
- சாலை வளர்ச்சித் திட்டங்களில் தாமதம்
- மருத்துவமனை திட்டங்களில் தாமதம்
- தொழில்துறை மானியம் குறைப்பு
- சுற்றுச்சூழல் நிதி ஒதுக்கீடு குறைப்பு
- நகர்ப்புற மேம்பாட்டு நிதி குறைப்பு
- கிராமப்புற வளர்ச்சித் திட்டங்களுக்கு குறைவான நிதி
- நீர்ப்பாசன திட்டங்களுக்கு உதவி இல்லை
- சிறுபான்மையினர் நலத் திட்டங்களுக்கு குறைந்த நிதி

- தொழிலாளர் நலத் திட்டங்களில் நிதி குறைப்பு
- இயற்கைப் பேரிடர் நிவாரண நிதி குறைப்பு
- குடிநீர் வசதிக்கான ஒன்றிய நிதி குறைப்பு
- மாநில திட்டங்களுக்கு ஒன்றிய நிதி ஒதுக்குவதில் தாமதம்
- சென்னை மெட்ரோ 2-ஆம் கட்டத்திற்கான நிதி தாமதம்
- மும்மொழிக் கொள்கை காரணமாக தமிழ்மொழிக்கு நிதி குறைப்பு
- தேசியத் திட்டங்களில் தமிழ்நாட்டுக்கு குறைந்த பங்கு
- தமிழ்நாட்டில் புதிய மத்திய நிறுவனங்கள் ஏற்படுத்த மறுப்பு

இந்தியை தேசிய மொழியாக திணிக்கும் முயற்சிக்கும் மத்திய அரசு, இந்தி புழங்கும் சாதாரண அடித்தட்டு மக்கள் இந்தியையும் அறியாமல், இந்தியிலும் மோசமான கல்வியை பயின்று வருகிறார்கள். வடமாநிலத்தில் இந்தி - ஆங்கில வழி பயின்றோர் உலகளவில் தமிழர், கேரளா, பஞ்சாப் மூன்று மாநிலத்தைச் சேர்ந்தவர்களே ஆதிக்கம் செலுத்துகிறார்கள்.

அவர்கள் முதலில் தமிழர்கள், இரண்டாவது பஞ்சாபிகள், மூன்றாது மலையாளிகள் என்ற அளவுகோல் குறிப்பிடுகிறது.

இந்தி படித்து எந்தவிதப் பயனும் அற்று மிகவும் கீழ்மை நிலை யிலுள்ள அடிதட்டு மக்கள் அவர்கள் மாநிலத்தில் வேலையற்று வேலை தேடி அலையும் சூழலில், இந்தியாவிலும் இந்தியை கட்டாயம் பயில வேண்டும் என்று திணிக்கும் முடிவையும் மத்திய அரசின் அமைச்சர்கள் புதல்வர்கள், உறவுகள் எங்கு படிக்கிறார்கள் தெரியுமா?

ராஜ்நாத் சிங்கின் மகன், இங்கிலாந்தின் லீட்ஸ் பல்கலைக் கழகத்தில் படிக்கிறார்.

நிர்மலா சீதாராமன் மகள் வாங்மயிபரகலா அமெரிக்காவின் நார்த்வெஸ்ட் பல்கலைக் கழகத்தில் படிக்கிறார்.

வெளி விவகார அமைச்சர் **ஜெய்சங்கரின் மகன்** துருவ் ஜியாஜ் டவுன் பல்கலைக் கழகத்திலும், **மகள் மேதா டெனிசன்** பல்கலைக் கழகத்திலும் படிக்கிறார்கள்.

அமைச்சர் **ப்யூஸ் கோயல் மகன் ராசிகா மகன்,** துருவ் ஹார்வார்டு பல்கலைக் கழகத்தில் படிக்கிறார்கள்.

அமைச்சர் **பிரகாஷ் சவடேகர் மகள் ஆதித்யா** அமெரிக்காவின் கார்னகி பல்கலைக் கழகத்தில் படிக்கிறார்.

அமைச்சர் **ரவிசங்கர் பிரசாத் மகள்** அமெரிக்காவின் கார்னகி பல்கலைக் கழகத்தில் படிக்கிறார்.

அமைச்சர் **சுஜேந்திர சிங் செகாஷ் மகள் சுபாஷினி** ஆக்ஸ்போர்ட் பல்கலைக் கழகத்திலும்,

அமைச்சர் **ஜிஜேந்திரசிங்கின் மகள் அருணோதயா** ஆக்ஸ்போர்டு பல்கலைக் கழகத்திலும்,

அமைச்சர் **சஞ்சய் தோத்ரா மகன் ராகுல்** கார்னகி பல்கலைக் கழகத்திலும்

அமைச்சர் **ஹர்தீப் புரியின் மகள், திடோத்தமா,** வாஷ்விச் பல்கலைக் கழகத்திலும் என இந்த தேசப் பக்தர்களின் பிள்ளைகள் எல்லாம் வெளிநாட்டில் ஆங்கிலம் வழி பயிலுவதிலும் இந்தக் கல்விக் கூடங்கள் அனைத்தும் கிறித்துவர்களால் உருவாக்கப் பட்டது என்பதும் கிறித்துவர்களை வசை பாடும் பா.ஜ.க. அமைச்சர்கள் போக்கை என்னென்று சொல்ல?

ஆனால் இவர்கள் மக்களால் தேர்ந்தெடுக்கப்பட்ட மாநிலங்கள் கல்வியின் விகிதாசாரம் மிகவும் பின்டைவைப் பெற்றுள்ளது. பலர் கேரளம், ஆந்திரா, கர்நாடகம், தமிழ்நாடு மாநிலங்களில் கல்வி கற்றும் வேலை தேடி படையெடுக்கின்றனர் என்பது குறிப்பிடத் தக்கது.

வடமாநிலத்திலிருந்து வரும் இவர்கள் வசதியற்றவர்கள் - குழந்தைகள் இங்குள்ள பள்ளியில் பயின்று வருகின்றனர். எங்கள் மாநிலத்தைவிட எல்லா வசதிகளும் இங்கு கிடைக்கிறது. எங்களுக்கு மகிழ்ச்சியாக இருக்க முடிகிறது என்கிறார்கள்.

வடநாட்டு பள்ளிக் கூடங்களின் லட்சணம் இதன் வழியே அறிந்து கொள்ளலாம்.

மற்றுமொரு செய்தி : “கடந்த வாரம் ஒரு நண்பரின் வீட்டுக்குச் சென்றிருந்தேன். அவரோட தந்தை பெங்களூர் பல்கலைக் கழகத்தில் ஓய்வு பெற்ற பேராசிரியர். கன்னடம், தமிழ், தெலுங்கு, ஆங்கிலம் என பன்மொழி வல்லுநர். கன்னட மொழி குறித்த ஆராய்ச்சியில் டாக்டர் பட்டம் வாங்கியவர். கன்னட மொழியில் வல்லுநர் ஆனாலும், தமிழில் எழுதப் படிக்கத் தெரிந்தவர். அவர் என்னிடம் உரையாடும்போதோ எனது இந்தி மொழி குறித்த சிந்தனையே மாறிவிட்டது.

அவர் சொன்னது...

உங்கள் தமிழகம் போல ஆட்சி செய்யனும்னுதான் நாங்களும் விரும்புகிறோம். ஆனா, இப்ப அங்கேயும் வடமாநில ஆதிக்கம் ஊடுருவவதால் பாக்கிறதுக்கு ரொம்ப வேதனையா இருக்கு. எங்களப் பார்த்து நீங்க திருத்திக்கணும்.

இங்க பெங்களூர்ல இந்தி மொழி ஆதிக்கம் வந்து பல காலம் ஆச்சு. கொஞ்சம் கொஞ்சமாக ஊடுருவி இப்ப எங்களால் சமாளிக்க முடியாத அளவு ஆக்கிரமாச்சுட்டாங்க... அவன் வடநாட்டுல இருந்து இங்கு வந்து இந்தியில் பேசறான்.

எனக்கு இந்தி மட்டும்தான் தெரியும்னு ஆணவமா சொல்றான்.

கன்னடம் தெரியாதுங்கறான். எவரும் உலகத்துல எங்க போனாலும் அந்தப் பிதேச மொழியில பேசறதுதான் வழக்கம்.

ஆனா, இங்க மட்டும் அவனுக்காக நாங்கதான் மொழிய விட்டு விட்டு அவங்கக்கிட்ட இந்தியில பேசற நிலைமைக்கு வந்துட்டோம்.

மொழிங்றது வெறும் பேச்சில்லை. அது வாழ்க்கை ஜீவாதாரம். ஆனா, நாங்க அந்த ஜீவாதாரத்தை தொலைச்சிட்டு இருக்கோம்.

இப்ப எங்க தாய்பூமி பெங்களூர்ல குறிப்பிட்ட இடங்களில் மட்டுமே வாழ முடியும்ங்கிற அளவுக்கு ஒடுக்கப்பட்டு வருகிறோம். சிட்டியில முக்கிய இடங்கள்ல அவனுங்கதான் வாழறாங்க... சித்தராமையா கூட.

அன்ஸ் கில்டு லேபர்ஸ் கன்னடர்களாக இருக்க வேண்டும் என சட்டம் போடப் போறதா அறிவிச்சாரு. ஆனா முடியல. வடமாநில பிரஷர்தான் காரணம்.

இதுக்கெல்லாம் அடிப்படை காரணம். தமிழகம் மாதிரி மாநில நலன் சார்ந்த கட்சிகளை நாங்க ஆதரிக்காம தேசிய கட்சிகளை ஆதரித்ததுதான்.

தமிழகம் போல இருமொழிக் கொள்கை இல்லாம மும்மொழிக் கொள்கையை ஏற்றதுதான்.

நவோதயா பள்ளி ஆரம்பிச்சா மத்திய அரசு நிதி தரும், அது தரும், இது தரும்னு ஆசை காட்டுவாங்க. அது நன்மைக்கு அல்ல. அவங்க ஆளோட வாழ்வாதாரத்த மேம்படுத்தத்தான்.

தமிழுக்கு என்ன குறைச்சல்?

ஏன் இந்தி கற்க ஆசைப்படுறீங்க?

உள்ளூர் தொடர்புக்கு தமிழ், உலகத் தொடர்புக்கு ஆங்கிலம் போதும். இப்பவே பல நிலைகளிலும் உங்க வேலை வாய்ப்புகளை இந்திக்காரங்க பறிக்க ஆரம்பிச்சிட்டாங்க.

நீங்க இந்தி மேல் ஆர்வப்பட்டு அவங்க ஊடுருவதும் தன் ஆட்களை முதன் மாநிலங்களில் குடியேற்றுவதும் எளிதாகி விடும்.

எனவே, அனுபவப்பட்டவன் என்ற முறையில் நான் சொல்றேன். இந்தி கற்க ஆர்வப்படாதீங்க.

ஒருவேளை வட மாநிலத்துக்கு யாராவது வேலைக்குப் போன அவன் தானாவே இந்தி கத்துக்குவான்.

இந்தி கத்துக்க ஆர்வப்படாதீங்க. மும்மொழிக் கொள்கையை ஆதரிக்காதீங்க.

இதெல்லாம் செஞ்சா உங்க வாழ்வாதாரமே சீரழிஞ்சிடும். உங்க தலைமுறைக்குப் பிறகு உங்க இனமும் அவனுக்கு அடிமைப்பட்டு போய் விடும்" என்று வருத்தத்துடன் கூறினார்.

எனக்குத் தெரிந்த சில மொழியியல் பேராசிரியர்கள் பெங்களூரில் உண்டு. அவர்களுடைய கருத்தும் இதுவே.

மும்பையில் வாழ்பவருக்கு மராத்தி கொஞ்சம்கூட தெரிய வேண்டி அவசியம் இல்லை! ஏன் இந்த நிலைமை அந்த மண்ணுக்கு ஏற்பட்டது?

நாங்கள் ஓரளவுக்கு மொழிகளின் வரலாறும், மானுடவியலும் படித்தவர்கள். இந்தியோ, சமஸ்கிருதமோ தமிழ் மண்ணில் நேர்ந்தால் தமிழ் தானாக அழிக்கப்படும்.

இதுகுறித்து எச்சரிக்கை தேவை. வந்தாரை வாழ வைக்கும் தமிழ்நாடு இன்றைய நிலையில் வடமாநிலங்களிலிருந்து படை யெடுக்கும் இந்தி மொழி பேசுவோர் ஆதிக்கம் நிலைத்து நின்று வரும் ஜாக்கிரதை.

தாய்மொழி மறந்த சமூகம் அடிமைச் சமூகமாக மாறும் என்பது திண்ணம்.

அது ஆங்கில மொழிப்பாடம் கற்கும் மத்திய கல்வி மூலம் பயிலும் இந்தியாவில் 15.2 லட்சம் மாணவர்கள் பலியாகி வருவது குறித்த எச்சரிக்கை தேவை.

பீகார் மாநில மாணவர் கூறும் மொழி இது : "இங்கு மூன்று மொழி தேவையில்லை சார். தமிழ் தெரியாத நான் இங்கு வந்து தமிழ் கற்றுக் கொண்டு, யுஜி, பிஜி (ஆங்கிலம்) முடித்து, இப்போது பி.எட்., ஆசிரியர்பயிற்சிக்கு படிக்கிறேன். படிப்புக்கு ஏற்ற இடம் தமிழ்நாடு தான்" என்றார்.

இவர் தொலைக்காட்சியில் நேரலையில் பங்கேற்றபோது அவர் இந்தியிலும் பேசினார். காரணம் மும்மொழி திணிப்புக்கு எதிராக இருக்கும் சிலருக்குப் புரிய வேண்டும் என்பதாலேயே.

இந்நிலையில் மத்திய கல்வி அமைச்சர் தர்மேந்திர பிரதான், தேசியக் கல்விக்கொள்கை மூலம் இந்தித் திணிக்கப்படுவதாக வைக்கப்படும் குற்றச்சாட்டு தவறானது. தமிழ்நாட்டு மாணவர்கள் எதிர்காலத்தை மாநில அரசு பாழடித்து வருகிறது. பி.எம்.ஸ்ரீ திட்டத்தில்

கையெழுத்திட வந்த தமிழ்நாடு கடைசி நேரத்தில் தனது நிலைப்பாட்டை மாற்றியுள்ளது என்கிறார்.

இதற்கு பதில் அளித்த தி.மு.க. எம்.பி. தமிழச்சி தங்க பாண்டியன், "ஒன்றிய அரசின் புதிய கல்விக் கொள்கையை ஏற்காததற்காக மாநில அரசுக்கு நிதியை மறுக்கக் கூடாது. இது கூட்டாட்சி தத்துவத்திற்கு எதிரானது; தமிழக மாணவர்களின் எதிர்காலத்தை ஒன்றிய அரசு வீணாக்குகிறது. தமிழ்நாட்டுக்கு தர வேண்டிய நிதி நிலை தராமல் ஒன்றிய அரசு வஞ்சிக்கிறது" எனக் காட்டமாக பதிலளித்துள்ளார்.

பாராளுமன்ற கூட்டத்தில் பேசிய தர்மேந்திரா பிரதான் கல்வி நிதியை மும்மொழிக் கொள்கையை தமிழ்நாடு ஏற்காவிட்டால் நிதி தர மறுக்கிறார். அதுமட்டுமல்ல தமிழக மக்களை, 'தமிழர்கள் நாகரீகமற்றவர்கள்' என காட்டமாக விமர்சித்துள்ளார்.

இதற்கு பதிலளித்துள்ள காங்கிரஸ் எம்.பி. சசிகாந்த் தமிழர்கள் நியாயமாக தங்களுக்குக் கிடைக்க வேண்டிய கல்வி நிதியை கோருவதால் அவர்களை ஜனநாயக விரோதிகள் மற்றும் நாகரீக மற்றவர்கள் என்று அழைத்த அமைச்சரின் கருத்தை வன்மையாகக் கண்டிப்பதாகக் கூறியுள்ளார்.

தமிழ்நாட்டில் மொழிப்போருக்கு தயாராகும் நிலையில், இதன் எதிரொலியாக மராத்தியிலும் மராத்தி மொழி கட்டாயம் என்றதோடு, 'மகாராஷ்டிராவில் வசிக்கும் அனைவரும் கட்டாயம் மராத்தி மொழியைக் கற்றுக் கொள்ள வேண்டும்' என முதலமைச்சர் தேவேந்திர பட்னாவிஸ் வலியுறுத்தியுள்ளார்.

புதிய கல்விக் கொள்கையில் நோக்கம் தாய்மொழி வழிக்கல்வி நிலைமை இதுதான். 34 பி.எம்.ஸ்ரீ பள்ளியில் இந்தி 15%, சமஸ்கிருதம் 15%, தமிழ் 0 என்ற நிலையிலேயே உள்ளது. இந்தக் கும்பல்தான் மும்மொழித் திட்டம் மூலம் தமிழை அழிக்க முயல்கிறார்கள்.

இந்தி மொழித் திணிப்பை இஸ்ரோ முன்னாள் தலைவர் டாக்டர் மயில்சாமி அண்ணாத்துரை கூறுகையில், "மூன்றாவது மொழி குழந்தைகளுக்கு சுமையை உருவாக்கும், இருமொழி வழிக்

கல்வியில் நாம் இழந்தது ஏதுமில்லை. எனவே, அடிப்படைக் கல்வியில் மூன்றாவது மொழி தேவையில்லாத ஒன்று.”

மத்திய அரசின் பாடத்திட்டத்திலும் பயிலும் தமிழ் மாணவர்கள் இந்தியில் 40 சதவீதம் மாணவர்கள் இந்தியில் தேறுகிறார்கள். இவர்கள் தமிழ்ப் பாடத்தில் 20 சதவீதம் பேரே அதிக மார்க் எடுக்கிறார்கள். மேலும், இந்தி மொழிப் பாடத்தைப் பயிலும் மாணவர்கள் தமிழ்ப்பாடத்தை சரியாகப் படிப்பதும், எழுதுவதும் இல்லை என்பதே யதார்த்தம்.

ஒரு துறைக்கு ஒதுக்கப்பட்ட தொகையை மத்திய அரசு மாநில அரசுக்கு தர மறுப்பதேன்? அதில் இந்தி மொழியை பயின்றால்தான் நிதி தருவோம் என்பதும் ஒரு ஏதேச்சதிகார போக்கே என்றே சொல்லத் தரும்.

நம் இந்திய தேசம் பன்முகம் கொண்ட தேசம். ஒவ்வொரு மாநிலத்துக்கும் ஒரு மொழி, கலை, கலாச்சாரம், பண்பாடு என தனித்துவம் கொண்டது. அவரவர் மொழி, கலை, கலாச்சாரம், பண்பாட்டினைப் பிறிதொருவர் நட்புறவு கொள்ளலாம். அதனுள் மூழ்கி விட முடியாது; கூடாது.

பணியின் பொருட்டு அவர்கள் பிறிதொரு மாநிலத்தில் குடி புகும்போது அம்மொழி மக்களோடு கலந்துறவாடி வாழ, மகிழ்ந்து குலாவி இன்புறும் வாழ்வியலை மேற்கொள்வது சிலரே. அவர்கள் நம்மோடு பிணைந்து விடுவார்கள். அவர்களின் வாழ்வியல் நிலையைப் பொருத்ததே.

ஒரு மதம் சார்ந்தும் பிறிதொரு மதத்தினரோடு திறனையும் அம்மதத்தோடு இணைவது என்பது எல்லார்க்கும் உகந்தது அல்ல. அதேபோல் ஒரு சாதியைச் சேர்ந்தோர் பிறிதொரு சாதியரோடு இணைவதும், வாழ்வதும் அவரவர் விருப்பத்தைச் சேர்ந்தது. இதில் நீங்கள் மூக்கை நுழைக்கும்போதுதான் வன்மம் வெளிப்படுகிறது. பன்முகம் கொண்ட தேசத்தில், அதன் கலாச்சாரத்தில், ஜன நாயகத்தில் ஒருவரோடு இணைந்து இணக்கத்தோடு வாழ்வதே வாழ்வியல் தத்துவம்.

இதனைத்தான் மகாகவி பாரதியார், 'எந்தையும் தாயும் மகிழ்ந்து குலாவி இருந்ததும் இந்நாடே' என்கிறார். இதன் நுண்மான் நுழைபுலம் அறிந்து கற்றலும் அதன்படி வாழ்வதும் நல்லது.

இதன் பொருள் ஒரு மொழியினோடு பிறிதொரு மொழி கலந்து, புணர்ந்து, உறவாடி மழலைச் செல்வத்தை ஈன்று அதனைப் பேணு தலே, வளர்த்தெடுப்பதே மானுட நேயம் என்பது.

ஒருபுறம் மத்தியக் கல்வி அமைச்சர் தர்மேந்திர பிரதான் மாநில கல்வி மேம்பாட்டுக்கான நிதியை தேசியக் கல்வி கொள்கையில் இந்தி பயிற்றுவித்தால்தான் நிதி தருவேன் என்பது சர்வாதிகாரப் போக்கு என்றே சொல்ல வேண்டும்.

கடந்த பத்தாண்டுகளாக இந்திய தேசத்தில் ஆர்.எஸ்.எஸ். பின்புல மான பாரதீய ஜனதா தமிழகத்தின் மீது மாற்றாந்தாய் மனோ பாவத்துடன் நடத்தியே வருகிறது. இதனை உறுதியிட்டு காட்டும் வகையில் தமிழக மக்களை கட்டாய இந்தி பயிற்றுவிக்க முனைகிறது.

■

18. கல்வியில் இந்தித் திணிப்பு

மத்திய அமைச்சரவை இந்திய அரசின் கல்வி அமைச்சகம் முன்மொழிந்த புதியக் கல்விக் கொள்கை 2020ஐ அங்கீகரித்துள்ளது. 34 ஆண்டுகளுக்குப் பிறகு புதிய கல்விக் கொள்கை நடைமுறைப் படுத்தப்பட்டுள்ளது. இந்தக் கொள்கையின் முக்கிய அம்சங்கள் வருமாறு :

கல்வி கட்டமைப்பு (5+3+3+4) சூத்திரம்.

5 ஆண்டுகள் அடிப்படைக் கல்வி

நர்சரி (3 வயது)

ஜூனியர் கே.ஜி. (5 வயது)

சீனியர் கே.ஜி. (6 வயது)

வகுப்பு 1 (7 வயது)

வகுப்பு 2 (8 வயது)

3 ஆண்டுகள் தயாரிப்புக் கல்வி

வகுப்பு 3 (9 வயது)

வகுப்பு 4 (10 வயது)

வகுப்பு 5 (11 வயது)

3 ஆண்டுகள் மேல்நிலைக் கல்வி

வகுப்பு 6 (12 வயது)

வகுப்பு 7 (13 வயது)

வகுப்பு 8 (14 வயது)

4 ஆண்டுகள் உயர்நிலைக்கல்வி

வகுப்பு 9 (15 வயது)

வகுப்பு 10 (16 வயது)

வகுப்பு 11 (17 வயது)

வகுப்பு 12 (18 வயது)

சிறப்பு அம்சங்கள் :

12 வயது வகுப்பில் மட்டும் வாரியத் தேர்வு

10வது வகுப்பு வாரியத் தேர்வு இனி கட்டாயமில்லை

எம்.ஃபில் நிறுவனங்கள் மூடப்படும்.

எம்.ஃபில் படிப்பு நிறுத்தப்படும்.

4 ஆண்டு பட்டப்படிப்பு

கல்லூரி பட்டப்படிப்பு இனி 4 ஆண்டுகளாக இருக்கும்.

1 வருடம் படித்தால் சான்றிதழ்

2 வருடங்கள் படித்தால் டிப்ளமோ

3 வருடங்கள் படித்தால் பட்டம்

4 ஆண்டு பட்டப்படிப்பு முடித்தவர்கள் நேரடியாக 1 வருடத்தில் எம்.ஏ. படிக்கலாம்.

மொழிக்கல்வி

5-ஆம் வகுப்புவரை தாய்மொழி, உள்ளூர் மொழி மற்றும் தேசிய மொழியில் கற்பித்தல், ஆங்கிலம் ஒரு பாடமாக மட்டும் கற்பிக்கப்படும்.

செமஸ்டர் முறை

9வது முதல் 12வது வகுப்புவரை செமஸ்டர் முறை அறிமுகப் படுத்தப்படும்.

படிப்புகளுக்கிடையே மாற்றம்

ஒரு படிப்பின் நடுவில் மற்றொரு படிப்பைத் தொடர விரும்பும் மாணவர்களுக்கு இடைவெளி எடுத்துக் கொண்டு அனுமதி வழங்கப்படும்.

உயர்கல்விச் சீர்திருத்தங்கள்

2035க்குள் உயர்கல்வியில் சேர்க்கை விகிதத்தை 50% ஆக உயர்த்துவது இலக்கு.

கல்வி, நிர்வாக மற்றும் நிதி தன்னாட்சி உள்ளிட்ட பல சீர்திருத்தங்கள் செயல்படுத்தப்படும்.

மொழி மற்றும் தொழில்நுட்ப மேம்பாடு

பிராந்திய மொழிகளில் மின்னூட்கள் (E-கோர்ஸஸ்) அறிமுகப் படுத்தப்படும். தேசியக் கல்வி தொழில்நுட்ப மன்றம் நிறுவப்படும்.

ஒருங்கிணைந்த விதிமுறைகள்

அரசு, தனியார் மற்றும் டீம் பல்கலைக் கழகங்களுக்கு ஒரே மாதிரியான விதிமுறைகள் பயன்படுத்தப்படும்.

இந்தப் புதியக் கல்வி கொள்கை, இந்தியக் கல்வி முறை முழுமையாக மாற்றும் என்று எதிர்பார்க்கப்படுகிறது. மாணவர்களுக்கு கற்றல் அனுபவத்தை மேம்படுத்துவதற்கும் அவர்களின் திறன்கள் முழுமை யாக வளர்ப்பதற்குமே இந்த மாற்றங்கள் உதவும் என்று நம்பப்படு கிறது.

இந்தக் கல்வி அடிப்படையில் மும்மொழிக் கொள்கை, இந்தித் திணிப்பு என்பது புதியக் கல்விக் கொள்கையில் இருக்கும் தீங்கு குறைவான ஓர் அம்சம். நாம் உணர்ச்சி மயமாக இருக்கிறது என்பதால் அதைப் பேசுகிறோம். நிஜமான ஆபத்து இந்தியைக் கடந்தும் இருக்கிறது.

இந்தி என்பது நம் கவனத்தைத் திசை திருப்ப நம்மை நோக்கி வீசப்பட்ட பிஸ்கட்.

தமிழகத்தில் NEET தேர்வையே எதிர்க்கிறோம். புதிய கல்விக் கொள்கையே, நீட் எழுதித் தேர்வு பெற்று, ஐந்து ஆண்டுகள் படித்து முடித்தாலும் Exit exam ஒன்று வைப்பதாக சொல்கிறது.

3-ஆம் வகுப்பிலேயே பொதுத்தேர்வு, 5-8 வகுப்புகளும் பொதுத் தேர்வு, 9ஆம் வகுப்பிலேயே தொழிற்கல்வி (அதாவது குலக்கல்வி) இப்படி புதியக் கல்விக் கொள்கை என்பது எல்லோரும் படிக்கக் கூடாது என்பதையே நோக்கமாகக் கொண்டு வடிவமைக்கப் பட்டுள்ளது.

மும்மொழியைப் பின்பற்றும் ஒடிசா, பீகார், உத்திப்பிரதேசம் உள்ளிட்ட வடமாநிலங்களைவிட, இந்தியத் தாய்மொழி மாநிலங்களைவிட, தமிழ்நாடு பல நூறு மடங்கு முன்னேறிய மாநிலம்.

நூறு ரூபாய் தினக்கூலி வேலைக்கு, ஒரிசா, பீகார், உத்திரப் பிரதேசம் மற்றும் வடமாநிலத்தில் இருந்து தினமும் ஆயிரம் பேர் சென்னைக்கு வந்து குறைந்த கூலிக்கு மாரடித்து தமிழர்களின் வேலை வாய்ப்பினையும் பறிக்கின்றனர். ஆயினும், நம்மவர்கள் வந்தாரை வாழ வைக்கும் என்ற வகையில் அவர்களை வரவேற்று தங்க வைத்து, அவர்களுக்கு கல்வியும் தந்து ஆளாக்குகிறோம்.

∎

19. கல்வி அமைச்சரின் அடாவடித்தனம்

இந்தித் திணிப்பு மத்திய அரசின் புதியக் கல்விக் கொள்கையால் நீரு பூத்த நெருப்பாய் இருக்கையில், மேலும் எரியூட்டும் வகையில் மத்தியக் கல்வி அமைச்சர் தர்மேந்திர பிரதான் மக்களவையில், 'தமிழ்நாடு எம்.பி.க்கள் நாகரிகமற்றவர்கள்' எனப் பேசி எரிகிற தீயில் எண்ணெய் வார்ப்பதுபோல் பேசியுள்ளார். இதன் எதிரொலி தமிழகத்தில் எல்லாரின் கோபத்தை உண்டு பண்ண இதற்கு அமைச்சர் மன்னிப்பும் கோரியுள்ளார்.

'நானும் தமிழன்தான். என்னுடைய பேச்சு வருத்தம் தரும்பட்சத்தில் 100 முறை மன்னிப்பு கோருகிறேன்' என தெரிவித்தார்.

தர்மேந்திர பிரதான் தமிழ்நாடு மக்களிடம் மன்னிப்பு கேட்க வேண்டும் என வலியுறுத்தி தி.மு.க. மற்றும் தமிழகத்தில் உள்ள அதன் கூட்டணிக் கட்சிகளும் எம்.பி. நாடாளுமன்ற வளாகத்தில் ஆர்ப்பாட்டம் நடத்தினர். எல்லாரும் கருஞ்சட்டை அணிந்தவாறு பதாகைகள் ஏந்தி 'மன்னிப்புக் கேள், மக்களிடம் மன்னிப்புக் கேள், ஏற்க மாட்டோம், ஏற்க மாட்டோம் மும்மொழிக் கொள்கையை ஏற்க மாட்டோம்' என கோஷமிட்டனர்.

தி.மு.க. எம்.பி. கனிமொழி இது குறித்து குறிப்பிடுகையில், “ஒரு பொறுப்புள்ள மத்திய மந்திரியிடம் இருந்து சூப்பர் முதலமைச்சர், நாகரீகமற்றவர்கள் போன்ற வார்த்தைகளை நாங்க எதிர்பார்க்க வில்லை. அவரது பேச்சு முற்றிலும் ஜனநாயகத்துக்கு விரோத மானது” என்றார்.

‘தர்மேந்திர பிரதானை பிரதமர் மோடி மந்திரி சபையிலிருந்து வெளியேற்ற வேண்டும்’ என வைகோ கூறினார்.

‘மன்னிப்பு கேட்டே ஆக வேண்டும்’ என விடுதலை சிறுத்தைகள் கட்சித் தலைவர் திருமாவளவன் கோரிக்கை வைத்தார்.

இதற்குப் பின்னரே தர்மேந்திர பிரதான் மன்னிப்பு கேட்டார். மேலும், மத்தியில் ஆளும் பா.ஜ.க. “பிரதம மந்திரியின் ஸ்ரீ பள்ளிகளை மாநிலங்கள் ஏற்காவிட்டால் அதற்கான நிதியை மட்டுமின்றி, பல ஆண்டுகளாக வழங்கி வந்த எஸ்எஸ்ஏ நிதியையும் நிறுத்துவோம்” என்று மிரட்டுகிறது.

இதற்கிடையில் தமிழக அரசு நாங்கள் ஒரு குழு அமைத்துள்ளோம். அக்குழு பரிந்துரைக்கும் பட்சத்தில் பிரதம மந்திரி ஸ்ரீபள்ளிகளை ஏற்கிறோம் என மார்ச் 24ல் எழுதிய கடிதத்தில் குறிப்பிட்டுள்ளது.

ஒன்றிய அரசு அனுப்பிய புரிந்துணர்வு ஒப்பந்தத்தில் "NEP 2020 அமல்படுத்த வேண்டும் என்கிற நிபந்தனையை திருத்தி, திருத்தப் பட்ட ஒப்பந்தத்தை ஏற்றால் கையெழுத்து போடுகிறோம். இல்லை யென்றால் முடியாது” என்று ஜுலை 2024ல் மீண்டும் கடிதம் எழுதியது தமிழ்நாடு அரசு, இதற்கு பதில் எழுதிய தர்மேந்திர பிரதான், ‘ஒப்பந்தத்தை திருத்தும் அதிகாரம் தமிழ்நாட்டுக்கு இல்லை’ என்று ஆகஸ்ட் 24ல் பதில் கடிதம் எழுதினார்.

‘திருத்தவில்லை என்றால் ஏற்க முடியாது’ என்று தமிழ்நாடு முதலமைச்சர் சொல்லி விட்டார்.

தற்போது முதல் கடிதத்தை மட்டும் குறிப்பிட்டு புரிந்துணர்வு ஒப்பந்தத்தை திருத்தக் கோரியதையும் அதை மறுத்துத் தான் எழுதிய கடிதத்தையும் மறைத்து விட்டு, ‘யார் அந்த சூப்பர் சி.எம்.?’ என்று நாடாளுமன்றத்தில் வினவுகிறார்.

இத்தகைய போக்குக்கு இவர்களுக்கு அரணாக இருப்பது இவர்களை பின்னிருந்து இயக்குவது ஆர்.எஸ்.எஸ். என்றே சொல்ல வேண்டும்.

ஏனெனில் இந்தியா முழுதும் ஒரு நாடு, ஒரே கல்வி, ஒரே தேர்தல் என்ற முறையில் இயங்கத் தூண்டுகிறது. ஆர்.எஸ்.எஸ். பி.ஜே.பி. இதற்கு இணங்கி இதுபோன்ற செயல்களை செய்து வருகிறது. இப்போது பின்னர் வளர்ந்து ஒவ்வொரு மாநிலமும் பலியாகி இந்தியா துண்டாட வழி வகுத்துவிடும்.

மாநிலங்களுக்கு கிடைக்க வேண்டிய, தர வேண்டிய வரியை, நிதியை நிறுத்தி வைக்க மத்திய அரசுக்கு எந்தச் சட்டம் இடம் கொடுக்கிறது. நிதியைத் தராமல் நிறுத்தி வைத்தால் அதற்கான விளைவுகளை மாநிலங்கள் முன்கை எடுத்தால், வரி கொடா இயக்கத்துக்கு கொண்டு செல்லும் நிலை உருவாகும் என்பதை உணர்தல் வேண்டும்.

இந்திய நாடு சுதந்திரம் அடைந்த நாள் முதலாய் இருமொழிக் கொள்கையை மட்டுமே இலக்காகக் கொண்டு முன்னேறி இருக்கிறது. தொடர்ந்து முன்னேறும். வடமாநிலங்களில் ஒரு மொழிக் கொள்கையே வளர்த்தெடுப்பதால் முன்னேற முடியாமல் தடுமாறுகிறது. இதன் விளைவு வளரிளம் பருவத்தினர் வேலை வாய்ப்பில்லாமல் தென்னகம் நோக்கி படையெடுக்கின்றனர். வடஇந்தியாவில் இந்தி மட்டுமே கற்றவர்கள் சாதித்தது என்ன? என்பது இதன் மூலம் தெரிகிறது.

2019லிருந்தே தி.மு.க. தேசியக் கல்விக் கொள்கையை எதிர்க்கிறது. இன்னும் சொல்லப் போனால் கலைஞர் ஆட்சியில் இருந்தபோதே கழகம் தேசியக் கல்விக் கொள்கையை எதிர்த்தது.

சற்ற பின்னோக்கிப் பார்ப்போம்.

2016-ஆம் ஆண்டு ஜூலை மாதம் 23-ஆம் நாளன்று முன்னாள் முதல்வர் ஓர் அறிக்கை வெளியிட்டார்.

இப்போது வந்திருப்பது கஸ்தூரி ரங்கன் குழுவினுடைய அறிக்கை. ஆனால், இதற்கு முன்னாள் டி.எஸ்.ஆர்.சுப்ரமணியன் என்ற

கேபினட் செயலாளர் தலைமையில்தான் குழு அமைத்தார்கள். அவர் 200 பக்கத்துக்கு ஓர் அறிக்கையைக் கொடுத்தார். அந்த சுப்பிரமணியம் அறிக்கையைக் கண்டித்து மு.கருணாநிதி ஓர் அறிக்க வெளியிட்டார்.

அறிக்கையின் சுருக்கம் :

1. புதிய கல்விக் கொள்கையை உருவாக்குவதற்கு கல்வியாளர் தலைமையில் உருவாக்காமல் அரசு அதிகாரி தலைமையில் குழு அமைத்தது ஏன்?

2. இக்குழுவின் பல அம்சங்கள் மாநில அரசுகளின் அதிகாரத்தில் தலையிடுவதாக உள்ளன.

3. பொதுத் தேர்வுகள் வரிசையாக நடத்துவதால் பள்ளியைவிட்டு வெளியேறும் மாணவர்கள் எண்ணிக்கை அதிமாகும். இதனால் அனைவருக்கும் கல்வி என்பது செயலற்றதாகும். இதனால் கிராமப்புற மாணவர்கள் அதிகம் பாதிக்கப்படுவார்கள்.

4. ஒரு மாணவன் தொடர்ந்து தேர்ச்சி பெறவில்லை என்றால் அவனை தொழிற்பயிற்சிக்கு அனுப்பலாம் என்பது நயவஞ்சகம் இல்லையா? இது மறைமுகமாக குலக்கல்வி திட்டத்தைக் கொண்டு வர மத்திய அரசு திட்டமிடுகிறதோ என்ற ஐயத்தை ஏற்படுத்துகிறது.

   அன்றே மத்திய அரசின் கல்வித் திட்டத்தை அதன் விளைவு களை தீர்க்கதரிசனமாய் சொன்னார் என்பது குறிப்பிடத்தக்கது.

5. அனைவருக்கும் வேலை வாய்ப்பு உருவாக்குங்கள்.

6. பிளஸ் 2 முடித்தவர்கள் பின்னர் தேசிய அளவிலான தகுதித் தேர் எழுத வேண்டும் என்று சொல்வது இந்தியாவின் பன்முகத் தன்மையைச் சிதைக்கும்.

7. கல்வியில் தாராளமயம் புகுந்துவிடும். கல்வி முற்றிலும் வணிகமயமாகிவிடும். கல்வி கட்டண உயர்வுக்கு வழி ஏற்பட்டு விடும். உயர்கல்வி செல்வந்தர் வீட்டுச் செல்லப் பிள்ளைகளுக்கு மட்டுமே உரிய தனி உடைமையாகி, பணக்கார கல்வி, ஏழைக் கல்வி என்ற பாகுபாட்டை ஏற்படுத்தி விடும்.

8. பாடத்திட்டம் வகுப்பதிலும், கற்க வேண்டிய மொழிகளை முடிவு செய்வதிலும், மாநிலங்களின் விருப்பத்திற்கு மாறாக மத்திய அரசு திணிப்பு நடவடிக்கைகளில் இறங்கி வருகிறது.

9. இந்தி, சமஸ்கிருத மொழியையும், கலாச்சாரத்தையும் திணிப்பதை மேலும் எளிதாக்கவே மறைமுகமாக ஆழ்ந்த உள் நோக்கத்துடன் இக்கொள்கை பரிந்துரை செய்யப்பட்டுள்ளது.

10. புதிய கல்விக் கொள்கை என்ற மதயானை தமிழகத்திற்குள் புகுந்து, கல்விச் சிறந்த தமிழ்நாட்டை நாசப்படுத்திடவோ, காலங்காலமாக நாம் போற்றி வரும் சமூக நீதி கற்கும் சமநீதிக் கொள்கைகளுக்கு கேடு ஏற்படுத்திடவோ அனுமதிக்கக் கூடாது. வருமுன் காப்பதுவே நம் கடமை.

2019-இல் தி.மு.க. ஒரு குழு அமைத்து தேசியக் கல்விக் கொள்கையை எதிர்த்தது.

2021-தேர்தலில் தேசியக் கல்விக் கொள்கையை ஒப்புக் கொள் மாட்டோம் எனத் தேர்தலில் போட்டியிட்டது. தமிழ்நாட்டு மக்கள் தி.மு.க.விற்கு ஆட்சி Mandate தந்தனர்.

கலைஞர் தேசியக் கல்விக் கொள்கை கனவாகி இன்று அவர் சொல்லியபடி கல்வி தாராளமயமாகி, வணிக மயமாகி கல்விக் கட்டண உயர்வுக்கு வழி கண்டு, உயர்கல்வி செல்வந்தர் வீட்டுச் செல்லப் பிள்ளைகளுக்கு மட்டும் உரிய தனி உடைமையாகி, பணக்காரர்க்கு ஒரு கல்வி, ஏழைக்கு ஒரு கல்வி என்ற நிலையில் தனியார் கல்லூரிகள் பெருத்து பணமூட்டை தாளாளர்கள் பெருகி விட்டனர்.

இதனைக் கண்டு கொண்ட மத்திய அரசு மேலும் தனது கல்விக் கொள்கையைத் திணித்து இந்தியா முழுதும் சமஸ்கிருதம் - இந்தி மேலாதிக்கத்தை திணிக்க முயற்சிக்கிறது என்று சொல்லலாம்.

■

20. சிக்கலைத் தரும் தர்மேந்திர பிரதான்

மும்மொழிக் கொள்கையை அமல்படுத்துவதால் தமிழ்நாடு அரசுக்கு மாணவர்கள் மீது அக்கறை இல்லை என்றும் பி.எம்.ஸ்ரீ திட்டத்துக்கு ஆதரவளிக்க தமிழ்நாடு முன் வந்ததாக மத்திய அமைச்சர் தர்மேந்திர பிரதான் குறிப்பிடுகிறார்.

மத்திய அரசின் கல்வி குறித்து வளர்ச்சித் திட்டங்களுக்கு ஆதர வளிப்பது மாநில அரசின் பொறுப்பும் கடமையும் ஆகும். இந்தியா வில் பிற மாநிலங்கள் கண்ணை மூடிக் கொண்டு மத்திய அரசின் திட்டங்களை அரவணைத்துக் கொள்வது இயல்பு. ஆனால், தமிழகத்தில், கல்வியில் எத்தகைய சீர்திருத்தத்தை செயல்படுத்து கிறார்கள் என்பதை தமிழக அரசு மக்களின் உணர்வோடு செயல்படு கிறது. இதன் விளைவே பி.எம்.ஸ்ரீ திட்டத்துக்கு எதிர்ப்பு.

வடமாநிலங்களில் இந்தி மட்டுமே கற்றவர்கள் சாதித்தது என்ன வென்று மத்திய அரசு பட்டியல் தர முடியுமா?

மாணவர்கள் மீது அக்கறை இல்லாத அரசு எது? என்று இந்திய மாணவர்கள் நன்கறிவர்.

பி.எம்.ஸ்ரீ திட்டத்தில் சேருவது குறித்து ஆய்வு செய்ய தமிழ்நாடு அரசு குழு அமைத்தது. அந்தத் திட்டத்தின் கல்வி கொள்கை என்ற பெயரில் இந்தியைத் திணிக்க முயல்வதாக அந்தக் குழு சுட்டிக் காட்டியது.

இதுகுறித்து ஒன்றிய அரசுக்கு தமிழ்நாடு அரசு எழுதிய கடிதத்தில், 'தமிழ்நாடு அரசின் கொள்கைக்கு எதிரான தேசியக் கொள்கைக்கு ஆதரவு தர மாட்டோம் என்றும் கையெழுத்திட முடியாது என்றும்' இந்தக் கடிதத்தில் தெளிவாக குறிக்கப்பட்டிருந்தது.

மெய்யாலும் மாணவர்கள் மீது அக்கறை இருக்கும்பட்சத்தில் மத்திய அரசுக்கு சில கேள்விகள்....

➢ புதிய கல்விக் கொள்கையை ஏற்க மறுத்து ஒன்றிய அரசுக்கு தமிழ்நாடு அரசு அனுப்பிய கடிதத்தை வெளியிடத் தயாரா?

➢ மும்மொழிக் கொள்கையை அமல்படுத்தி இந்தி பேசும் மாநிலங்களுக்கு இரண்டாவது, மூன்றாவது மொழியாக எந்த மொழியை கற்பிக்கப் போகிறீர்கள்?

➢ இருமொழிக் கொள்கையால் வெற்றியடைந்த தமிழ்நாட்டுக்கு மூன்றாவது மொழி எதற்கு?

➢ இந்தி மொழி பேசும் மாநிலங்களில் இதுவரை இருமொழிக் கொள்கையைக்கூட அமல்படுத்தாதது ஏன்?

➢ இந்தி பேசும் மாநிலங்களின் கல்வித் தரத்தையும் தமிழ்நாட்டின் கல்வித் தரத்தையும் ஒப்பிடத் தயாரா?

இந்தி பேசும் மாநிலங்களில் இருமொழிக் கொள்கையே இல்லாத போது, தமிழ்நாடு மட்டும் மும்மொழிக் கொள்கையை ஏன் ஏற்க வேண்டும்?

மேலும், அமைச்சர் தர்மேந்திர பிரதான் தமிழைவிட சமஸ்கிருதம் பழமையான மொழி என்றதோடு தமிழ்நாட்டுக்கோயில்களிலும் சமஸ்கிருத மொழியில்தான் பூஜைகள் செய்யப்படுகின்றன என்று திருவாய் மலர்ந்திருக்கிறார்.

இந்த சமஸ்கிருதம் ஓதும் பிராமணவர்கள் எவ்வளவு பேர் சமஸ்கிருத மொழி பேசவும், எழுதவும் செய்கிறார்கள் என்பதை அமைச்சர் பட்டியலிட முடியுமா?

இதன் பொருள் மத்திய அரசின் கொள்கை என்பது, வழக்கத்தில் இல்லாத சமஸ்கிருதத்தை கல்வியில், தமிழக மக்கள் மூளையில் கட்டாயமாக திணிக்கும் முயற்சிதான். இதற்கு பின்னணியாக இருப்பது ஆர்.எஸ்.எஸ். என்ற ஒரு பாசிச அமைப்புதானே?

இதற்கு பதிலளிக்கும் விதமாக நாடாளுமன்றத்தில் பேசிய தமிழக எம்.பி., 'இது விஷயத்தில் தமிழக மக்களின் உணர்வுக்கு எதிராக பொய் பேசுவதாக கூறுவது தமிழக மக்களின் உணர்வுகளை புண்படுத்துகிறது. மேலும், பி.எம்.ஸ்ரீ கல்விக்கு தமிழக எம்.பி.கள் தமிழக அரசும், முதல்வரும் ஏற்றுக் கொண்டதாக பொய் கூறுவ தோடு, தமிழக அரசுக்கு கல்விக்கென ஒதுக்கும் தொகையைத் தர வேண்டும்' என்று தமிழக முதல்வர் தெளிவாக கடிதம் எழுதியிருக் கிறார். இதனை மறைத்துப் பொய் சொல்கிறார் என்று குறிப் பிட்டுள்ளார்.

மேலும், **"புதியக் கல்விக் கொள்கையை ஏற்றுக் கொண்டால்தான் நிதி தருவோம் என்பது ஜனநாயகத்துக்கு, சட்டத்துக்குப் புறம் பானது"** என்றும் குறிப்பிட்டுள்ளார்.

பொதுவாக தமிழகத்தில் கல்வித்தரம் பல்கலைக் கழகம், தொழில் நுட்பக் கல்லூரிகள், மருத்துவக் கல்லூரிகள் 100 சதவீதத்தை எட்டியுள்ளது.

தமிழகத்தின் கல்வி முறையை அமைச்சர் அன்பில் பொய்யாமொழி, "கல்வித் திட்டத்தில் தமிழ்நாடு முதலிடம் வகிக்கிறது. கல்வி முறையைப் பயின்ற உயர்கல்வி பாடத்திட்டத்தில் முதலிடத்தை வகிக்கிறது. தமிழ்நாட்டில் படித்தப் பெருமக்கள் தேர்ந்த கல்வியாளர்களாக, தொழில் முனைவோராக, பேராசிரியர்களாக, எழுத்தாளர்களாக மிளிர்கின்றனர். தேசியக் கல்விக் கொள்கை இதனை சீரழிக்கிறது.

635 சி.பி.எஸ்.சி. பள்ளிகளில் 15 லட்சத்து 2000 பேர் மட்டுமே படிக்கின்றனர் என்றும் குறிப்பிட்டுள்ளார்.

மீண்டும் மீண்டும் அமைச்சர் தர்மேந்திர பிரதான் பி.எம்.ஸ்ரீ பள்ளிக்கு தமிழக முதல்வர் ஒப்புதல் அளித்ததாக பொய் கூறுகிறார். இதனை தமிழக பா.ஜ.க. கைக்கூலிகளும் வலியுறுத்திப் பேசு கின்றனர்.

அந்தக் கடிதத்தின் மொழியாக்கம்:

அன்புள்ள திரு. சஞ்சய்குமார்,

பொருள் : தமிழ்நாட்டில் Pm.SHRI பள்ளிகளை நிறுவுதல் பற்றி

குறிப்பு : செயலாளர், இந்திய அரசு கல்வி அமைச்சகம், எண். 1-2/ 2022 IS-19, தேதியிட்டது.

பள்ளிக் கல்வித்துறையில் பல தாக்கத்தை ஏற்படுத்தும் முயற்சிகளைச் செயல்படுத்துவதன் மூலம், மாணவர்களுக்கு, மேம்பட்ட தரமான கல்வியை வழங்க தமிழ்நாடு அரசு எப்போதும் உறுதி பூண்டுள்ளது.

23.02.2024 தேதியிட்ட உங்கள் கடிதத்தின் அடிப்படையில் Pm.SHRI பள்ளிகளை மாநிலத்தில் நிறுவுவதற்கான பரிந்துணர்வு ஒப்பந்தத்தில் கையெழுத்திட தமிழ்நாடு மாநிலம் மிகவும் ஆர்வ மாக உள்ளது என்பதைத் தெரிவித்துக் கொள்கிறேன். இது சம்பந்த மாக, பள்ளிக் கல்விச் செயலாளர் தலைமையில் மாநில அளவிலான ஒரு குழு அமைக்கப்பட்டுள்ளது.

குழுவின் பரிந்துரைகளின் அடிப்படையில் Pm.SHRI பள்ளிகளை நிறுவுவதற்காக ஒப்பந்தத்தில் அடுத்த கல்வியாண்டு 2024-25 தொடங்குவதற்கு முன்பு மாநிலம் கையெழுத்திடும்.

2023-24 நிதியாண்டுக்கான 3வது மற்றும் 4வது தவணையை விடுவிக்குமாறு கேட்டுக் கொள்கிறேன்.

சிறந்த வாழ்த்துகளுடன்...

மேற்கண்ட கடிதத்தில் மாநில அரசு ஒப்புதல் கொடுத்து இருக் கிறதா? அந்தக் குழு கையெழுத்து இட வேண்டாம்னு பரிந்துரைக்

கிறதா? கையெழுத்து இடவில்லை அவ்வளவுதானே விஷயம்? என ஒப்புதல் அளித்ததை மறைமுகமாக மறுத்துள்ளது. தமிழக அரசின் கையாலாகாத்தனத்தையே வெளிப்படுத்துகிறது.

முதல் பாராவிலேயே, **"Pm.SHRI பள்ளிகளை மாநிலத்தில் நிறுவுவதற்கான புரிந்துணர்வு ஒப்பந்தத்தில் கையெழுத்திட தமிழ்நாடு மாநிலம் மிகவும் ஆர்வமாக உள்ளது என்பதைத் தெரிவித்துக் கொள்கிறேன் என்றும், அடுத்த கல்வி ஆண்டு 2024-25 தொடங்குவதற்கு முன்பு மாநிலம் கையெழுத்திடும்"** என்று தெரி விதத்தை தமிழக அரசும் முதல்வரும் கவனத்தில் கொள்ளவில்லை. ஏன்?

மத்திய அரசைப் பொறுத்தவரை Pm.SHRI மும்மொழி என்ற பா.ஜ,க.வின் புதிய தேசியக் கல்விக் கொள்கையின் மூலம் கல்வியை வளர்ப்பதோ, பிறமொழிகளை காப்பதோ அவர்களின் நோக்கம் அன்று.

சமஸ்கிருத மொழியை அடிப்படையாகக் கொண்ட ஒரு ஒற்றைப் பண்பாட்டு தேசத்தை ஆர்.எஸ்.எஸ்.-ன் சித்தாந்தத்தைப் புகுத்து வதே திட்டமும், நோக்கமும் ஆகும்.

இது கல்வி முறைக்கு, இந்தியாவின் பன்முகம் கொண்ட கலாச்சார, மொழி சமத்துவத்திற்கு ஜனநாயகத்திற்கு இந்திய அரசில் சட்டத் திற்கு எதிரானது.

தமிழக முதல்வர் ஒரு சமயம் பேசுகையில், “இன்னொரு மொழியை கற்றுக் கொடுப்பதற்கு தமிழ்நாடு என்றுமே தடையாக இருந்த தில்லை. திணிக்கும்போது திமிருவது தமிழர் குணம். ‘நான் முதல்வன்’ திட்டத்தின் மூலம் ஜெர்மன் மொழியைக் கட்டண மில்லாமல் நர்சிங் படித்து முடித்தவர்களுக்கு அரசு பயிற்றுவிக்கிறது.

ஜெர்மனியில் பணியில் சேர அடிப்படையில் 4 லெவல் ஜெர்மன் மொழிப் பயிற்சி கட்டாயம். தனியார் மூலம் பயில ஒரு லெவலுக்கு தோராயமாக 30 ஆயிரம் ரூபாய் கட்டணம் இருக்கும். சுமார் 1 லட்சம்போல் மதிப்பிலான 4 கட்ட ஜெர்மன் மொழிப் பயிற்சி கட்டணமில்லாமல் தமிழக அரசு கற்றுத் தருகிறது. தேவையெனில்

எத்தனை மொழிகள் வேண்டுமானாலும் தமிழர்கள் கற்பார்கள்" என்கிறார்.

உண்மைதான்... தமிழகத்தில் மாணவர்கள், இளைஞர்கள் விரும்பி படிக்கும் மொழிகள் இந்தி முதல் ருஷ்யா என பிறநாட்டு மொழிகளையும் வாழ்வியல் தேவைக்கு பிற மாநில மொழிகளைக் கற்கவும் பேசவும் தயங்குவதில்லை.

ஆனால், இந்தியாவில் வடமாநிலங்களில் இந்தி மட்டுமே பயின்ற மாணவர்களின், இளைஞர்களின் நிலை பரிதாபகரமானது என்றே சொல்ல வேண்டும். ஒரு மொழி கல்வி அறிவால் அவர்கள் தரமான கல்வியை இழந்தும், மேற்கொண்டு படிக்கத் தவறியும், வேலை வாய்ப்புக்காக இந்தியாவின் தென்னகம் நோக்கி படையெடுக் கின்றனர். குறிப்பாக தமிழ்நாட்டுக்குப் படையெடுப்போர் நாளுக்கு நாள் அதிகரித்துக் கொண்டே போகிறது.

வந்தாரை வாழ வைக்கும் தமிழ்நாடும் இவர்களை சொற்பக் கூலிக்கு வைத்து தமிழக மக்களில் வேலை வாய்ப்பற்ற, வேலைக்கு ஏற்ற ஊதியம் எதிர்பார்க்கும் மக்களைப் பின்னுக்குத் தள்ளி வட மாநிலத்தவர் அந்த வேலை வாய்ப்பினைப் பறிப்பது எங்கு போய் நிற்கும் என்பது கேள்விக்குறியே? இது தமிழக மக்களுக்கான, வேலைவாய்ப்புக்காக அன்றாடம் தெருமுனைகளில் நிற்கும் கூலித் தொழிலாளிகளுக்கு பெரும் பிரச்சினையாக உருமாறி வருகிறது என்பதை யோசிக்க வேண்டும்.

மொழி விஷயத்தில் மத்திய அரசு, தனது ஏகாதிபத்தியத்தைத் திணிக்கையில் அதற்கு எதிர்வினையாக ஒவ்வொரு மாநிலமும் தங்கள் தாய்மொழி வீழ்ச்சி குறித்து யோசிக்கவும் மத்திய அரசு உதவுகிறது.

இப்போது, மும்மொழி திட்டம் என்பது இந்தி என்பது அல்ல. நீங்கள் விரும்புகிற எந்த மொழியையும் கற்கலாம் என்கிறது.

அந்த 3-வது மொழி எது?

"இந்தியாவில் உள்ள எந்த மொழி வேண்டுமானாலும்... அது அந்தந்த மாணவர் விருப்பம்" என்கிறது.

நம்முள் எழும் கேள்வி...? வகுப்பில் உள்ள 40 மாணவர்களும் அவரவர் விருப்பத்துக்கு ஆளுக்கு ஒரு மூன்றாவது மொழி கேட்டால்.... ஒவ்வொரு அரசுப் பள்ளியிலும் 20 வேற்றுமொழி ஆசிரியர்களை நியமிக்க முடியுமா?

பல கிராமப்புற அரசுப் பள்ளிகளில் ஒற்றை இலக்க எண்ணில்தான் அனைத்துப் பாடங்களுக்கும் சேர்த்தே ஆசிரியர்கள் உள்ள நிலையில், தமிழ்நாட்டில் உள்ள 40 ஆயிரம் அரசுப் பள்ளிகளில் 40,000×20=8 லட்சம் ஆசிரியர் நியமித்து... ஆளுக்கு தலா மாதம் 15,000 சம்பளம் எனில்... வருடத்துக்கு 14,400,00,00,000 (ரூ. 14 ஆயிரம் கோடி) 3வது மொழியாக மட்டும் பள்ளிக்கல்வி பட்ஜெட்டில் தனியாகத் தேவை. ஒட்டுமொத்த பள்ளிக் கல்வி பட்ஜெட்டே 46,000 கோடிதான்.

வெறும் 2000 கோடியையே... பள்ளிக் கல்விக்குத் தராமல் இந்தியைத் திணிக்கும் பெயரால் அடம் பிடிக்கும் மத்திய அரசு 14,000 கோடியை எப்படித் தரும். இது இல்லாத ஊருக்கு வழிகாட்டுவது போலாகும்.

இவர்களின் கல்விக் கொள்கையில், அமல்படுத்தியுள்ள 48 தமிழ் நாட்டு கேந்திர வித்யாலயா பள்ளிகளில் 1வது மொழியாக இந்தியும்... 2வது மொழியாக ஆங்கிலம்... 3வது மொழியாக சமஸ்கிருதமும்தானே உள்ளது. வேறு மொழி கற்பதற்கான வழியே இல்லையே!

ஆக... இந்தி இருக்கும் மாநிலத்தில் 3 வது மொழியாக சமஸ்கிருதம், இந்தி இல்லாத மாநிலத்தில் 3 வது மொழியாக இந்தி என்பதுதானே உங்கள் கல்விக் கொள்கை. இது அப்பட்டமாக பிற தென் மாநிலங்களில் தெரிந்துவிட்டதே.

மொத்தத்தில் ஒன்றிய அரசின் மொழிக் கொள்கையில் தமிழ் நாட்டிலும் கூட தமிழ் மொழிக்கு இடமில்லை. ஏற்கனவே ஆங்கில வழி கல்விச் சாலைகள் மூலம் தமிழ் ஓரம் கட்டப்பட்டு விட்டது. மேலும், Pm.SHRI கேந்திரிய வித்யாலயா பள்ளிகளில் தமிழ்ப் பாடங்கள் மூன்றாம் நிலைக்குத் தள்ளப்பட்டு தமிழும் தெரியாமல்,

ஆங்கிலமும் தெரியாமல் வளரும் தலைமுறையினர் இருப்பது அவலமே.

கடந்த தலைமுறையினர் அரசுப் பள்ளிகளில் பயின்றே அரசு வேலையிலும், அறிவியலாளர்களாகவும், தொழில் முனைவோராக வும், தொழிலதிபர்களாகவும், விண்வெளி ஆய்வாளர்களாகவும், பேராசிரியர்களாகவும், சிறந்த படைப்பாளர்களாகவும் திகழ்ந்தனர். இன்றும் இவைகளில் தன்னகத்தே தனித்துவத்தோடு மிளிர்கின்றனர்.

ஆனால், இன்றைய தலைமுறையினர் தனியார் கல்வி மோகம், ஆங்கிலக் கல்வி மோகத்தில் சிக்கி வாழ்வியலில் பொருளாதார ரீதியாக அல்லல்பட்டு, சமூகக் கோளாறினால் சிக்கி நிலை தடுமாறி தங்கள் வாழ்வியலில் பயணிக்கின்றனர்.

இதற்கு அடிப்படைக் காரணம் என்ன?

தமிழகத்தில் கடந்த 70 ஆண்டுகளாக தமிழ்... தமிழ்... என்று மூச்சுக்கு முன்னூறு முறை கூவித் திரிந்த அரசியலாளர்கள் கடந்த மத்திய அரசுக்கு தங்களின் தன்னலத்துக்காக அடி பணிந்து அவர்களின் பின் சென்று தங்கள் வளமையைப் பெருக்கிக் கொண்டு தாங்களே அதற்கு இரையாகி தமிழ்ச் சமூகத்தை இன்று நடுவீதியில் நிறுத்தி விட்டார்கள் என்றே சொல்ல வேண்டும்.

மத்திய அரசோ தமிழக மக்களின், தி.மு.க.வின் மொழிக் கொள்கை விஷயத்தை உதறித் தள்ளி வேதாளம் மீண்டும் முருங்கை மரத்தில் ஏறிய கதையாக மும்மொழிக் கொள்கையைக் கொண்டு வருகிறது.

தமிழ்நாட்டில் இந்தியைக் கட்டாயம் ஆக்கினால் சுமார் 47,713 இந்தி ஆசிரியர்கள் தேவை. தமிழ்நாட்டில் அவ்வளவு இந்தி ஆசிரியர்கள் இல்லை. எனவே, வடமாநிலங்களிலிருந்து இந்தி பயின்றவர்கள் இங்கு உள்ள அனைத்துப் பள்ளிகளிலும் உடனடியாக பணியமர்த்தப்படுவர். அவர்களுக்கு சிறிது காலம் மத்திய அரசு ஊதியம் வழங்கும். பின் தமிழ்நாட்டின் மீது இந்திச் சுமையைத் திணிப்பார்கள்.

சில வருடங்களுக்குப் பிறகு இவர்கள் அனைவரும் தமிழகப் பள்ளிகளின் தலைமையாசிரியராக பதவி உயர்வு பெறுவர்.

அவர்களுக்காக சிறப்பு அரசாணை வரும். நம் பள்ளிக் குழந்தைகள் தலைமை ஆசிரியரிடம் இந்தியில் உரையாடும் நிலைக்குத் தள்ளப்படுவார்கள். தமிழ் சிறிது சிறிதாக அழித்தொழிக்கும் முயற்சியே இது.

பின் தமிழ் பேசினால் தண்டிக்கப்படுவர். 30 ஆண்டுகளுக்குப் பிறகு பதவி உயர்வு பெற்றவர்கள் மாவட்டக் கல்வி அலுவலர், மத்தியக் கல்வி அலுவலர், இணை இயக்குநர் என கல்வித் துறையில் கோலோச்சுவர். அப்போது அவர்கள் போட்டதே சட்டமாகும்.

இப்போதே இரயில்வே நிலையம், வங்கிகள், தபால் துறை மற்றும் பல நிறுவனங்களில் இந்தி மொழி பேசுவோர் அதிகளவு நியமிக்கப் படுகின்றனர். அவர்களிடம் நம் மக்கள் தமிழில் பேசினால், 'தமிழ் தெரியாது இந்தியில் பேசு' என்பார்கள். இது நடைறைக்கு வந்து கொண்டு இருக்கிறது.

இதே நிலை நீடித்தால் 50 ஆண்டுகளில் பீகார், குஜராத், இராஜஸ்தான், மகாராட்டிரம் நிலைதான் நமக்கு நிகழும்.

மத்திய அரசின் ஆர்.எஸ்.எஸ்.சின் பேராசைப்படி இந்தியை அரசு புகுத்தும்போது ஏற்படும் விளைவுகள் யோசிக்கும்போது பெரும் அதிர்ச்சியைத் தருகிறது.

இன்று தமிழகம் இந்தியை மூன்றாவது மொழியாக ஏற்றால், மதவெறி, கடவுளர் மூட நம்பிக்கை, சாதிய பிரிவு மாயை என மண்டையைப் புரட்டி எடுத்து இந்தி தெரிந்தால் இந்தியா முழுக்க தொழில் செய்யலாம் என்றும் இந்தியை முதன்மை மொழியாக அறிவிக்கலாம் என்றும் கொக்கரிப்பார்கள். எனவே, இதுகுறித்து எச்சரிக்கை தேவை.

எனவே 'என் உயிர்மொழி தமிழ். உலகமொழி ஆங்கிலம். இது போதும்' என்ற நிலைப்பாட்டில் உறுதியாய் நிற்றல் தகும்.

மொழி என வந்துவிட்டால் ஜாதி, மதம், கட்சி, பொருளாதாரம் இடம் போன்றவைக் கடந்து ஒற்றுமையாய் நாம் அனைவரும் நிற்க வேண்டும்.

உங்களுக்கு நான் பணிவன்போடு தெரிவித்துக் கொள்வேன். இது மொழிப் பிரச்சனை அல்ல... இது ஆதிக்கப் பிரச்சினையே தவிர மொழி பிரச்சினை அல்ல.

நாம் எந்த அளவுக்குப் பணியத் தயாராக இருக்கிறோம் என்பதைக் கண்காணிப்பதற்காக, அளவிடுவதற்காக, அரசியல் ஆதிக்கக்காரர்கள், சூழ்ச்சிக்காரர்கள், ஏகாதிபத்திய வெறி கொண்டவர்கள் தங்களுடைய மொழியைத் திணித்து, இதைத்தான் ஆட்சி மொழியாக கொள்ள வேண்டும்; இதிலேதான் தேர்வுகள் நடக்கும்; இதிலேதான் சட்டங்கள் இயற்றப்படும்; இந்த மொழியிலேதான் பாராளுமன்றத்தில் பேசுவார்கள்.

இது தெரிந்தால் இங்கெல்லாம் வா... இது தெரியாவிட்டால் ஆப்ரிக்க நாட்டு நீக்ரோக்களைப் போல், நீயும் உன்னோடு, நாட்டோடு, கூண்டோடு, இரண்டாந்தர குடிமகனாய், மட்ட ரகமான மனிதனாய், ஏனோதானோவாய் எடுப்பார் கைப்பிள்ளையாய் அடங்கி நட என்பதுதான்.

- அறிஞர் அண்ணா.

இந்தியை எதிர்ப்பவன் தமிழனாகச் சாகிறான்; ஆதரிப்பவன் தரகனாக வாழ்கிறான்.

- கலைஞர்

மும்மொழிக்கு ஒப்புக்கொண்டு மூன்றாவது மொழியாக இந்தியை எடுக்க வைத்து பத்தாவது தேர்வில் 90,510 மாணவர்களை தோல்வியடைய வைத்து கன்னடர்களை ஏமாற்றியிருக்கிறது மத்தியக் கல்விக் கொள்கை.

ஆனால், உ.பி.யில் மாணவர்களுக்கு 3வது மொழிகூட இல்லை. அவர்கள் டிராயிங் என்பதை ஒரு பாடமாக எடுத்து ஒரு முட்டை போட்டு, அதில் கண், காது, மூக்கு போட்டு 78 மதிப்பெண்கள் பெற்று தேர்ச்சி பெறுகிறார்கள். இதுதான் இந்தி படிக்கும் மாநிலத்தின் லட்சணம்.

தேசியக் கல்விக் கொள்கையை ஏன் எதிர்க்கிறோம்? - மு.க.ஸ்டாலின்

- *3வது வகுப்பு மற்றும் 5வது வகுப்பு கட்டாயப் பொதுத் தேர்வு.*
- *9-ஆம் வகுப்பு முதல் 12-ஆம் வகுப்பு வரை செமஸ்டர் தேர்வு முறை கொண்டு வருதல்.*
- *10-ஆம் வகுப்பு முதல் பட்டப்படிப்பு வரை படிப்பை தொடர விரும்பாத மாணவர்கள் அவர்களாகவே வெளியேறலாம்.*
- *உங்கள் மகளோ, மகனோ 12ஆம் வகுப்பு முடித்து விரும்புகிற கல்லூரியில் விரும்புகிற படிப்பில் படிப்பில் உடனே சேர முடியாது. அதுக்கு நீட் தேர்வு போல் தகுதித் தேர்வு நடத்தப் படும்.*
- *6-ஆம் வகுப்பில் தொழிற்கல்வி என்ற பெயரில் திட்டம் அறிமுகப்படுத்துதல்.*
- *குலத்தொழில், சாதித்தொழில், மனுஸ்மிருதி என்று சொல்லுகிற அநீதியை தொடராம படிச்சு முன்னேறனும்னு நினைக்கிறவங் களை மீண்டும் அதை நோக்கித் திரும்புதல்.*

மாணவர்கள் கல்வியைக் கெடுக்கும் இந்தத் திட்டத்தில் கையெழுத் திட்டால்தான் ரூ.2000 கோடியைத் தருவோம் என மத்திய அரசு மிரட்டுகிறது.

இந்த 2000 கோடிக்காக கையெழுத்து போட்டால் நாம், நம் தமிழ்ச் சமூகம் 2000 ஆண்டுகள் பின்னோக்கிப் போய்விடும்.

இந்தப் பாவத்தை இந்த முத்துவேல் கருணாநிதி ஸ்டாலின் ஒரு போதும் செய்ய மாட்டான்.

மத்திய அரசின், ஆர்.எஸ்.எஸ்.சின் வழிகாட்டுதல்படி திணிக்கும் இந்த முயற்சி, பகுத்தறிவுடன் புதிய தேசியக் கொள்கையை விரிவாக ஆராய்ந்து பார்த்தால் இது ஏழை, எளிய கிராமப்புற மாணவர் களுக்கு கல்வியை எட்டாக் கனியாக்கி ஆரிய சனாதன இந்துத்துவக் கூட்டமும் தேர்ந்தெடுக்கும் சதி இதுவென்றே சொல்லத்தகும்.

1967-க்கு முன் தங்களைத் தவிர வேறு யாரும் கல்வி அறிவு இல்லாத நிலையில் வைத்து, தாங்கள் மட்டுமே படித்தவர்களாக இருந்தால் மற்ற அனைவரும் பகுத்தறிவில்லாமல் அவர்களுடைய குலத்தொழில் செய்து அடிமைகளாக வைத்திருக்க செய்யும் குள்ளநரித்தனம் என்பது விளங்கும்.

இதன் மூலம் இந்தப் புதிய தேசியக் கல்விக் கொள்கையை உருவாக்கி சமஸ்கிருதத்தை இந்தி வழியாக தேசியத்தின் ஒரே மொழியாகக் கொண்டு வருவதற்கு எடுக்கும் முயற்சியே இது.

புரட்சிப் பாவலர் பாரதிதாசன் முழங்கியதுபோல் தமிழ் மொழியை மேம்படுத்த முயலுவோம்.

எங்கள் வாழ்வும் எங்கள் வளமும்
    மங்காத தமிழென்று சங்கே முழங்கு!
எங்கள் பகைவர் எங்கோ மறைந்தார்
    இங்குள்ள தமிழர்கள் ஒன்றாதல் கண்டே!

எப்பக்கம் வந்து புகுந்துவிடும் – இந்தி
    எத்தனைப் பட்டாயம் கூட்டிவரும்?
அற்பமென்போம் அந்த இந்தியினை – அதன்
    ஆதிக்கந் தன்னைப் புதைத்திடுவோம்!

இன்னலை ஏற்றிட மாட்டோம் – கொல்லும்
    இந்தியப் பொதுமொழி இந்தி என்றாலோ
கன்னங் கிழித்திட நேரும் – வந்த
    கட்டாய இந்தியை வெட்டிப் புதைப்போம்.

தமிழ்நாடு அரசு என்ன செய்ய வேண்டும்?

➢ ஆங்கில வழி பள்ளிகளில் எட்டாம் வகுப்புவரை கட்டாயம் தமிழ் மொழியை பயிற்றுவிக்கப்பட வேண்டும். அதற்கான சட்டத்தை இயற்றல் வேண்டும். இதற்கான ஆசிரியர்களை தமிழக அரசே நியமிக்க வேண்டும்.

➤ தமிழ்வழி பள்ளியில் படிக்கும் மாணவர்களுக்கு வேலை வாய்ப்பில் முன்னுரிமை தர வேண்டும்.

➤ தமிழில் அனைத்துப் பாடங்களும் கற்பிக்கப்பட வேண்டும். முதுநிலைக் கல்விவரை தமிழில் பாடநூல்கள் தேர்ந்த பேராசிரியர்களால் உருவாக்கப்பட வேண்டும். இது கலைஞர் ஆட்சிக் காலத்தில் தமிழ்நாட்டு பாடநூல் நிறுவனம் மூலம் கொண்டு வந்தது. பின்னர் முடங்கிப் போனது.

➤ நவோதயா, கேந்திரியா பள்ளி, பிரதமர் ஸ்ரீ பள்ளிகளில் கட்டாயம் தமிழ்மொழிப் பாடம் கற்பிக்க ஆசிரியர்களை நியமிக்க மத்திய அரசிடம் முனைப்பு காட்டி செயல்படுத்த முனைய வேண்டும்.

இதனை ஆரம்பக்கட்ட பணியாக மேற்கொள்ள அரசு முன் வர வேண்டும்; வரும் என்று நம்புவோம்.

■

21. செப்புமொழி பதினெட்டு...
சிந்தனை ஒன்று

மறைந்த முன்னாள் குடியரசுத்தலைவர், அறிவியலாளர் அப்துல் கலாமிடம் பிரபல எழுத்தாளர் ஜெயகாந்தன், "நீங்கள் இந்தி பேசுவீர்களா?" என்றாராம். அதற்கு அப்துல் கலாம் "சுட்டுப் போட்டாலும் வராது" என்றாராம். ஏன்? என்றபோது "என்னைச் சுற்றித் தமிழும் ஆங்கிலமும் இருக்க இந்தி எதற்கு?" என்றாராம்.

அப்துல்கலாம் அவர்கள் ஒரு இஸ்லாமியர் என்றாலும் அவர் ஒரு தமிழரே. அவர்கள் கற்ற கல்வி, தமிழும் ஆங்கிலமுமே. விண்வெளி பேராசிரியராக அறிவியலாளராக, இந்தியாவின் குடியரசுத் தலைவராகப் பணியாற்றிய அவருக்கு தமிழும், ஆங்கிலம் மட்டுமே போதும் என்பதை நிரூபித்திருக்கிறார்.

ஒரு மேல் தட்டு பிரஜைக்கே இந்தி அவசியப்படாதபோது பாமரன் இந்தி ஏன் கற்றுக் கொள்ள வேண்டும்?

"செப்பு மொழி பதினெட்டுடையாள்

சிந்தனை ஒன்றுடையாள்" - என்பது பாரதி வாக்கு.

பதினெட்டு மொழியாயினும் சிந்தனை ஒன்றே என்பது இதன் வழி தெரிகிறது. சிந்தனை வேறுபட்டால் செப்பும் மொழி பதினெட்

டென்ன, ஆயிரம் இருந்தாலும் பயன் தராது என்றுதானே பொருள்.

இந்தியாவில் 57% பேர் இந்தி மொழி பேசினாலும் தமிழ்நாட்டில் இந்தி பயிலாமல் உலகின் எங்கும் கொடி நாட்டி வாழ்ந்தவர்கள் தமிழர்களும் பிற மொழியினர் என்பது நாம் காணும் அடையாளம்.

அடிப்படையில் தமிழ்ச் சமூகம் திரைக் கடலோடியும் திரவியம் தேடியச் சமூகம். அதுவும் பன்னெடுங்காலமாக என்பது இங்கே குறிப்பிடத்தக்கது.

மேலை நாடுகளில் எங்கு சென்றாலும் ஒரு தமிழன் நம்முன் எதிர்ப்படுவான். ஒவ்வொரு நாட்டின் வளத்துக்கும் செம்மைக்கும் வித்திட்டவன் தமிழன் ஒருவனே.

பின் ஏன் இங்கு திணிக்கப்படுகிறது? மும்மொழி என்று வாய் கிழிய மத்திய அரசு ஓலமிடுகிறது. ஏனெனில், ஒரு மொழியை அழிக்க பிறிதொரு மொழியை அழிப்பதே என்ற சூத்திரத்தைக் கண்டு கொண்ட மத்திய அரசு அதனை செயல்படுத்த இங்கு முனைகிறது.

சுதந்திரம் பெற்று இந்தியா 75 ஆண்டுகள் கடந்தும் ஒரு தொடர்பு மொழியாக இந்தி விளங்கினாலும் தொன்மை வாய்ந்த தமிழ் அதனை சாப்பாடுக்குத் தேவையான உப்பு போன்று பயன்படுத்திக் கொண்டதே அன்றி உப்பே உணவாக ஏற்றுக் கொள்ள மறுத்தது இயல்பே. இத்தகைய இயல்பான குணத்தில் இவர்களின் இந்தி மொழி திணிப்பு தமிழனின் தொன்மையை சிதைக்கவே என்பதே உண்மை.

இதில் இன்னுமொரு வேடிக்கை தமிழோடு பிறந்த சமஸ்கிருத மொழியை, ஏன் தமிழனே உருவாக்கிய லிபியான சமஸ்கிருதம் ஒரு உச்சாடன மொழியாகவே பயன்பாட்டில் இருந்தது. அதனை வளர்த்தெடுக்கிறேன் என்ற பெயரில் அதற்காக கோடிகளைக் கொட்டி அழிப்பது என்ன கயமைத்தனம்? இது திட்டமிட்டே ஒரு செத்த மொழியை, புதிதாக கற்க முடியாத, இயலாத மொழியைத் திணிப்பதும், வளர்த்தெடுப்பதும் ஒரு பாசிச போக்கல்லவா?

இந்தியாவில் காலூன்றிய ஆர்.எஸ்.எஸ். என்ற இயக்கம் தன்னை இந்தியா முழுதும் காலூன்ற மதத்தின் பெயரால், மத நம்பிக்கையின்

பெயரால், மதத்தை நம்பும் மக்களைப் பயன்படுத்தி மதவெறிக்கு இட்டுச் செல்லும் முயற்சியே இது.

இதனை ஆரம்பக் கட்டத்திலேயே தடை செய்ய, பரவ விடாமல் ஜவகர்லால் நேரு, இந்திரா காந்தி ஆகியோர் முயன்றும் நமது ஜனநாயகத்தின் பன்முகத்தின் பேரால் அதனை செய்யாமல் ஜன நாயகத்தின் பண்பின் பேரால் தடை செய்யாமல் வாழவிட்டதன் விளைவே இது என்று சொல்ல வேண்டும்.

ஒரு மனிதனுக்கு மத நம்பிக்கை கொள்ளல் தகும் மதவெறி கூடாது.

ஒருவனுக்கு கடவுள் நம்பிக்கை வேண்டும். நம்பிக்கைதான் வாழ்க்கை. கடவுள் பெயரால் மூடநம்பிக்கைகளை வளர்த்தல் தகாது.

நாவில் நடமாட ஒரு மொழியின் மீது பற்றும் அதனை வளர்த்தலும் ஒரு மானுட நேய கடமை. ஆனால், அதனைக் கொண்டு மொழி வெறியும், திணிப்பும் கூடாது; ஆகாது.

உறவுகளைத் தக்க வைத்துக் கொள்ள சாதிய அமைப்பு தேவைதான். அதற்காக சாதிய பிரமாணம் கொண்ட பிற சாதியினரை, சமூகத்தினரை மீது வன்மம் கூடாது.

எது கூடாது என்று நினைக்கிறோமோ அதனை கடந்த பத்தாண்டு களாக ஜனநாயகத்தின் பேரால் வென்ற பா.ஜ.க. அரசு மதவெறி, கடவுளர் மூடநம்பிக்கை, மொழி வெறி, சாதிய பிடிமாணம் கொண்ட மக்களை வளர்த்தெடுத்து அதன் மூலம் ஆட்சிக் கட்டிலில் ஏறி, இதனில் ஊறித் திளைத்த ஆர்.எஸ்.எஸ். துணையுடன் ஒரு நாட்டுக்கு எது கூடாதோ, அதனை நெய் ஊற்றி நெருப்பாக ஊதிப் பெரிதாக்குகிறது. இது இந்திய தேசத்துக்குப் பேராபத்து என்ற புரிதலை ஒவ்வொருவரும் உணர வேண்டும்.

■